ಮಾರ್ಟಿನ್ ಲೂಥರ್ ಶಾಸ್ತ್ರಿಯವರ

ಸಣ್ಣ

ಜ್ಞಾನೋಪದೇಶವು

ಸಣ್ಣ ಜ್ಞಾನೋಪದೇಶವು

by

Martin Luther

ISBN: 978-1-960840-10-3

Cover and interior design by

Kristina Phillips and Ramya KS

SALM

SouthAsiaLutheranMission.com

ವಿಷಯಾನುಕ್ರಮಣಿಕೆ

ಡಾ॥ ಮಾರ್ಟಿನ್ ಲೂಥರ್ ಅವರ ಮುನ್ನುಡಿ

ಕ್ರೈಸ್ತ ವಿಶ್ವಾಸಿಗಳೂ ಭಕ್ತಿಯುಳ್ಳವರೂ ಆದ ಎಲ್ಲಾ ಸಭಾಪಾಲಕರಿಗೂ ಉಪದೇಶಕರಿಗೂ ಮಾರ್ಟಿನ್ ಲೂಥರ್ ಆದ ನಾನು ನಮ್ಮ ಕರ್ತನಾದ ಯೇಸುಕ್ರಿಸ್ತನ ಮುಖಾಂತರ ಕೃಪೆ, ದಯೆ ಮತ್ತು ಶಾಂತಿಯನ್ನು ಕೋರುತ್ತೇನೆ.

ನಾನು ನನ್ನ ಸೇವಾಕಾಲದಲ್ಲಿ ಭೇಟಿಮಾಡಿದ ಕ್ರೈಸ್ತಸಭೆ ಮತ್ತು ಸಮುದಾಯಗಳಲ್ಲಿ ಕಂಡುಕೊಂಡ ಶೋಚನೀಯ ಪರಿಸ್ಥಿತಿಗಳಿಂದ ಪ್ರಭಾವಿತನಾಗಿ ಕ್ರೈಸ್ತ ಧರ್ಮಬೋಧನೆಯನ್ನು ಸರಳವಾಗಿ ಮತ್ತು ಸಂಕ್ಷೇಪವಾಗಿ ಪರಿಚಯಿಸಲು ಅನುಕೂಲವಾಗುವಂತೆ ಈ "ಸಣ್ಣ ಜ್ಞಾನೋಪದೇಶ" ಪುಸ್ತಕವನ್ನು ಸಿದ್ಧಪಡಿಸಿ ಪ್ರಕಟಿಸುತ್ತಿದ್ದೇನೆ. ಪ್ರೀತಿಯುಳ್ಳ ಸರ್ವಶಕ್ತ ದೇವರೇ, ನನಗೆ ಸಹಾಯಮಾಡು! ನಾನು ದೇಶದ ಹಲವಾರು ಪ್ರದೇಶಗಳಲ್ಲಿ ದೊಡ್ಡ ದುರಂತವನ್ನು ಕಂಡಿದ್ದೇನೆ! ಅಲ್ಲಿರುವ ಜನಸಾಮಾನ್ಯರಿಗೆ ಕ್ರೈಸ್ತಧರ್ಮದ ಸಿದ್ಧಾಂತಗಳ ಕುರಿತು ತಿಳುವಳಿಕೆ ಮತ್ತು ಜ್ಞಾನವು ಸ್ವಲ್ಪವೂ ಇಲ್ಲ. ಅಲ್ಲಿ ಸೇವೆಮಾಡುತ್ತಿರುವ ಹಲವು ಸಭಾಪಾಲಕರು ಉತ್ತಮ ಮಟ್ಟದ ಕ್ರೈಸ್ತ ಬೋಧನೆಯನ್ನು ಕೊಡುವುದರಲ್ಲಿ ಅಸಮರ್ಥರೂ ಸಂಪೂರ್ಣವಾಗಿ ವಿಫಲರೂ ಆಗಿದ್ದಾರೆ. ಆ ಜನರು ಹೆಸರಿಗೆ ನಮ್ಮ ಹಾಗೆ ಕ್ರೈಸ್ತರು ಎಂದು ಕರೆಯಲ್ಪಡುತ್ತಾರೆ ಮತ್ತು ದೀಕ್ಷಾಸ್ನಾನ ಪಡೆದಿದ್ದಾರೆ. ವಿಶ್ವಾಸಿಗಳ ಅನ್ಯೋನ್ಯತೆಯಲ್ಲಿ ಕರ್ತನ ಭೋಜನ ಸಂಸ್ಕಾರದಲ್ಲಿ ಪಾಲು ಹೊಂದಿದ್ದಾರೆ. ಆದರೆ ಈ ಕ್ರೈಸ್ತ ಧರ್ಮ ಬೋಧನೆ ಮತ್ತು ಸಂಸ್ಕಾರಗಳ ಅರ್ಥ ಮತ್ತು ಮಹತ್ವವೇನೆಂದು ಅವರು ತಿಳಿಯರು. ಕರ್ತನ ಪ್ರಾರ್ಥನೆ, ಅಪೊಸ್ತಲರ ವಿಶ್ವಾಸ ಪ್ರಮಾಣ ಮತ್ತು ಹತ್ತು ಕಟ್ಟಳೆ(ದಶಾಜ್ಞೆ)ಗಳನ್ನು ಅವರು ಉಚ್ಚರಿಸಲು ಅಶಕ್ತರು. ಒಟ್ಟಾರೆಯಾಗಿ ಅವರು ವಿವೇಕಹೀನರಂತಿದ್ದು ತಮಗಿರುವ ಕ್ರೈಸ್ತಸ್ವಾತಂತ್ರ್ಯವನ್ನು ಖಂಡಿಸುವ ಮಟ್ಟಿಗೆ ಕಠಿಣಹೃದಯಿಗಳಾಗಿದ್ದಾರೆ!

ಬಿಶೋಪರುಗಳೇ, ನಿಮ್ಮ ಪರಿಪಾಲನೆಗೆ ಕ್ರಿಸ್ತನು ಒಪ್ಪಿಸಿಕೊಟ್ಟವರನ್ನು ಕಡೆಗಣಿಸಿ, ಅವರು ದಾರಿತಪ್ಪಿ ಅಲೆದಾಡುವಂತೆ ಮಾಡಿ, ನಿಮ್ಮ ಜವಾಬ್ದಾರಿಯನ್ನು ಕಿಂಚಿತ್ತೂ ನಿರ್ವಹಿಸದೆ ನಿಮ್ಮ ಕರ್ತವ್ಯಪಾಲನೆಯಲ್ಲಿ ಮಾಡಬೇಕಾದ ಯಾವುದನ್ನೂ ಮಾಡದೆ ಕ್ರಿಸ್ತನ ಮುಂದೆ ನಿಮ್ಮ ಲೆಕ್ಕವನ್ನು ಹೇಗೆ ತೀರಿಸುವಿರಿ? ಕ್ರೈಸ್ತ ಧರ್ಮವು ಹೀಗೆ ಅವನತಿಯತ್ತ ಸಾಗುವುದಕ್ಕೆ ನಿಮ್ಮನ್ನು ಮಾತ್ರ ಕಾರಣಕರ್ತರು ಎಂದು ದೂಷಿಸಲಾಗುತ್ತದೆ. ಆದರೆ ಎಲ್ಲಾ ಬಗೆಯ ದುರಾದೃಷ್ಟ ನಿಮ್ಮಿಂದ ಪಲಾಯನ ಮಾಡಲಿ, ಯಾವ ಕೇಡೂ ನಿಮಗೆ ಸಂಭವಿಸದಿರಲೆಂದು ನಿರೀಕ್ಷಿಸುತ್ತೇನೆ ಮತ್ತು ಪ್ರಾರ್ಥಿಸುತ್ತೇನೆ!

ನೀವು ಒಂದು ಕಡೆ ಕ್ರೈಸ್ತ ಸಂಸ್ಕಾರಗಳನ್ನು ಕುರಿತು ಒಂದು ರೀತಿಯಲ್ಲಿ ಪ್ರಬೋಧಿಸುತ್ತೀರಿ, ಇನ್ನೊಂದು ಕಡೆ ನಿಮ್ಮ ಸಂಪ್ರದಾಯಗಳನ್ನು ಅನುಸರಿಸುವಂತೆ

ಆಜ್ಞಾಪಿಸುತ್ತೀರಿ. ಇದು ಅಧರ್ಮ ಹಾಗೂ ನಿರ್ಲಜ್ಜತೆಯ ಪರಮಾವಧಿ ಅಲ್ಲವೇ? ಜನರಿಗೆ ಕರ್ತನ ಪ್ರಾರ್ಥನೆ, ವಿಶ್ವಾಸ ಪ್ರಮಾಣ, ಹತ್ತು ಕಟ್ಟಳೆಗಳು ಮತ್ತು ದೇವರ ರಾಜ್ಯದ ಪರಿಚಯ ಇದೆಯೋ? ಅವುಗಳ ಅರ್ಥ ತಿಳಿದಿದೆಯೋ? ಇಲ್ಲವೋ? ಎಂಬುದರ ಕುರಿತು ನೀವು ಯಾವ ಕಾಳಜಿಯನ್ನು ವಹಿಸುವುದಿಲ್ಲ, ಹೀಗೆ ಮಾಡುವ ನಿಮಗೆ ಅಯ್ಯೋ, ಅಯ್ಯೋ!

ನನ್ನ ಪ್ರೀತಿಯ ಸನ್ಮಾನ್ಯರೇ ಮತ್ತು ಸಹೋದರರೇ, ಸಭಾಸೇವಕರೇ ನೀವು ಪರಿಪೂರ್ಣ ಹೃದಯದಿಂದ ನಿಮ್ಮ ಅಭಿಷಿಕ್ತ ಸೇವೆಯಲ್ಲಿ ಕಾರ್ಯತತ್ಪರರಾಗಿರಿ, ನಿಮ್ಮ ಪರಿಪಾಲನೆಗೆ ಒಪ್ಪಿಸಲ್ಪಟ್ಟ ಜನರ ವಿಷಯದಲ್ಲಿ ಅನುಕಂಪವುಳ್ಳವರಾಗಿರಿ. ಜನರಿಗೆ ಅದರಲ್ಲೂ ವಿಶೇಷವಾಗಿ ಯೌವನಸ್ಥರಿಗೆ ಕ್ರೈಸ್ತ ಧರ್ಮದ ಜ್ಞಾನೋಪದೇಶವನ್ನು ಒತ್ತಿಹೇಳಲು ನಮಗೆ ನೆರವನ್ನು ನೀಡಿರಿ. ನಿಮ್ಮಲ್ಲಿ ಯಾರಿಗೆ ಕ್ರೈಸ್ತಧರ್ಮದ ಬೋಧನೆಯ ಅರಿವಿಲ್ಲವೋ, ಅವುಗಳನ್ನು ಉಪದೇಶಿಸಲು ಅಸಮರ್ಥರೋ ಅಂಥವರು ಯಾವುದೇ ಮುಜುಗರವಿಲ್ಲದೇ ಈ ನನ್ನ ಕಿರುಪುಸ್ತಕವನ್ನು ಸದುಪಯೋಗ ಮಾಡಿಕೊಂಡು ಜನರಿಗೆ ಬೋಧನೆಮಾಡಿ ನಿಮ್ಮ ಪ್ರಭಾವವನ್ನು ಮೂಡಿಸಿರಿ.

ಪ್ರಪ್ರಥಮವಾಗಿ ಬೋಧಕರು ತಮ್ಮ ಮುಂದಿರುವ ವಿವಿಧ ಬಗೆಯ ಕರ್ತನ ಪ್ರಾರ್ಥನೆ, ಹತ್ತು ಕಟ್ಟಳೆಗಳು, ವಿಶ್ವಾಸಪ್ರಮಾಣ ಮತ್ತು ಪವಿತ್ರವಾದ ಸಂಸ್ಕಾರಗಳ ಮಾದರಿಗಳಲ್ಲಿ ಯಾವುದಾದರೊಂದನ್ನು ಆಯ್ದುಕೊಂಡು, ಅದನ್ನೇ ಭದ್ರವಾಗಿ ಹಿಡಿದುಕೊಂಡು, ಅವುಗಳನ್ನೇ ಕ್ರಮಬದ್ಧವಾಗಿ ಜನರಿಗೆ ಬೋಧಿಸಬೇಕು. ಜನಸಾಮಾನ್ಯರು ಹಾಗೂ ಯೌವನಸ್ಥರಿಗೆ ಸರಳವಾಗಿಯೂ ಏಕಪ್ರಕಾರವಾಗಿಯೂ ಉಪದೇಶಿಸಬೇಕು. ಒಂದು ವೇಳೆ ಪ್ರತಿವರ್ಷ ಬೇರೆಬೇರೆ ಮಾದರಿಯಲ್ಲಿ ಉಪದೇಶಿಸಿದರೆ ಅದರಿಂದ ಜನರು ಗಲಿಬಿಲಿಗೆ ಒಳಗಾಗುವರು. ಇಲ್ಲವಾದರೆ ಜನಸಾಮಾನ್ಯರನ್ನು ಕ್ರೈಸ್ತಜ್ಞಾನದಲ್ಲಿ ಬೆಳೆಸಲು, ಹಂತಹಂತವಾಗಿ ಅವರನ್ನು ಮುನ್ನಡೆಸಲು ಮಾಡಿದ ಕಠಿಣ ಪರಿಶ್ರಮವೆಲ್ಲವೂ ವ್ಯರ್ಥವಾಗುವುದು.

ನಮ್ಮ ಪೂಜ್ಯ ಸಭಾಪಿತೃಗಳು ಈ ಸತ್ಯವನ್ನು ಚೆನ್ನಾಗಿ ತಿಳಿದವರಾಗಿದ್ದದ್ದರಿಂದ ಅವರು ಕರ್ತನ ಪ್ರಾರ್ಥನೆ, ವಿಶ್ವಾಸಪ್ರಮಾಣ ಮತ್ತು ಹತ್ತು ಕಟ್ಟಳೆಗಳು ಇವೆಲ್ಲವುಗಳನ್ನು ಒಂದೇ ಮಾದರಿಯಲ್ಲಿ ಬೋಧಿಸುತ್ತಿದ್ದರು. ಹಾಗೆಯೇ ಇಂದು ನಾವು ಆ ಹಿರಿಯರ ಬೋಧನಾ ಶೈಲಿಯನ್ನು ಪರಿಪಾಲಿಸಿ ಯಾವುದೇ ಬದಲಾವಣೆಗಳನ್ನು ಮಾಡದೆ, ಪರಿಶ್ರಮದಿಂದ ಮತ್ತು ಶ್ರದ್ಧೆ ಪ್ರಾಮಾಣಿಕತೆಗಳಿಂದ ಪ್ರತೀವರ್ಷವೂ ಒಂದೇ ಮಾದರಿಯಲ್ಲಿ ಬೋಧನೆ ಮಾಡಬೇಕು. ಆದರೆ ವಿದ್ಯಾವಂತರ ಮುಂದೆ ನೀವು ನಿಮ್ಮ ಕೌಶಲ್ಯ ನಿಪುಣತೆಗಳ ಮೂಲಕ ಬುದ್ಧಿಸಾಮರ್ಥ್ಯ ಹಾಗೂ ಸೃಜನಾತ್ಮಕತೆಗಳನ್ನು ಬಳಸಿ ವಿದ್ವತ್‌ಪೂರ್ಣವಾಗಿ ಉಪದೇಶಿಸಿರಿ. ಆದರೆ ಯೌವನಸ್ಥರು ಮತ್ತು ಕಿರಿಯರಿಗೆ ಸರಳ ಹಾಗೂ ಸ್ಪಷ್ಟವಾದ ಒಂದೇ ಮಾದರಿಯಲ್ಲಿ ಕ್ರಮಪ್ರಕಾರವಾಗಿ ಬೋಧಿಸುವುದು ಅತೀ ಅವಶ್ಯಕ. ಹೀಗೆ ನೀವು ಅವರಿಗೆ ಬೋಧಿಸಿದವುಗಳನ್ನು ಅವರು ನೆನಪಿನಲ್ಲಿಟ್ಟು ಪುನರಾವರ್ತಿಸಲು ಪ್ರೋತ್ಸಾಹಿಸಿರಿ.

ಯಾರು ಈ ಬೋಧನೆಗಳನ್ನು ಕಲಿತುಕೊಳ್ಳಲು ಮನಸ್ಸು ಮಾಡುವುದಿಲ್ಲವೋ ಅವರಿಗೆ ತಿಳಿಸಬೇಕಾದದ್ದು ಏನೆಂದರೆ: "ಅವರು ಯೇಸುಕ್ರಿಸ್ತನನ್ನು ಅಲ್ಲಗಳೆದವರಾಗಿದ್ದಾರೆ ಮತ್ತು ಅವರು ಕ್ರೈಸ್ತ ವಿಶ್ವಾಸಿಗಳಲ್ಲ. ಅವರು ಯಾವುದೇ ಕ್ರೈಸ್ತ ಸಂಸ್ಕಾರಗಳಲ್ಲಿ ಪಾಲುಹೊಂದದಂತೆ ನಿರ್ಬಂಧಿಸಲ್ಪಡುತ್ತಾರೆ. ದೀಕ್ಷಾಸ್ನಾನ ಸಂಸ್ಕಾರದಲ್ಲಿ ಇಂಥವರು ಬೇರೆಯವರಿಗೆ ಜ್ಞಾನ ತಂದೆತಾಯಿಗಳಾಗುವ ಹಾಗಿಲ್ಲ. ಕ್ರೈಸ್ತ ಸ್ವಾತಂತ್ರ್ಯವನ್ನು ಬಳಸಿಕೊಳ್ಳುವಂತಿಲ್ಲ. ಇಂಥವರು ಪೋಪ್ ಮತ್ತು ಅವನ ಅಧಿಕಾರಿಗಳ ಬಳಿಗೆ ವಿಚಾರಣೆಗೆ ಹೋಗಬೇಕು. ಇಂಥವರಿಗೆ ಅವರ ಹೆತ್ತವರಾಗಲೀ, ಕೆಲಸ ಕೊಟ್ಟ ಯಜಮಾನರಾಗಲೀ ಊಟ, ನೀರು, ಇತ್ಯಾದಿಗಳನ್ನು ಕೊಡುವಂತಿಲ್ಲ. ಇಂಥವರನ್ನು ರಾಜರು ದೇಶದಿಂದ ಗಡೀಪಾರು ಮಾಡುವರೆಂದು ಎಚ್ಚರಿಕೆ ನೀಡಬೇಕು."

ನಾವು ಯಾರನ್ನೇ ಆಗಲಿ ಬಲವಂತದಿಂದ ಧರ್ಮವನ್ನು ಅನುಸರಿಸುವ ಹಾಗೆ ಮಾಡಲು ಸಾಧ್ಯವಿಲ್ಲ. ಆದರೂ ಅವರು ನಮ್ಮ ಮಧ್ಯದಲ್ಲಿ ಜೀವನ ಮಾಡುವ ಸಂದರ್ಭದಲ್ಲಿ ಒಳ್ಳೆಯದು ಕೆಟ್ಟದು ಯಾವುದೆಂದು ತಿಳಿದುಕೊಳ್ಳುವಂತೆ ಪ್ರೋತ್ಸಾಹಿಸಬೇಕು. ಒಂದು ಪಟ್ಟಣದಲ್ಲಿ ಜೀವಿಸುವವರು ಕ್ರೈಸ್ತ ವಿಶ್ವಾಸಿಯಾಗಿರಲಿ ಕಳ್ಳ, ದರೋಡೆಕೋರನಾಗಿರಲಿ ಆ ಪಟ್ಟಣದ ಕಾನೂನು ನೀತಿ ನಿಯಮಗಳಿಗೆ ಒಳಪಡಲೇಬೇಕು.

ಎರಡನೆಯದಾಗಿ, ನಿಮ್ಮ ಉಪದೇಶದಿಂದ ಅವರು ಪ್ರತಿಯೊಂದು ವಾಕ್ಯವನ್ನು ಕಲಿತುಕೊಂಡು ಬಳಿಕ ಅವುಗಳ ಅರ್ಥವನ್ನು ಗ್ರಹಿಸಿಕೊಳ್ಳುವಂತೆ ಉಪದೇಶಿಸಬೇಕು. ಈ ರೀತಿಯ ಕಲಿಕೆಯಲ್ಲೂ ನಿಮ್ಮ ಆಯ್ಕೆಯ ಒಂದೇ ಮಾದರಿಯ ಬೋಧನಾಕ್ರಮವನ್ನು ಅನುಸರಿಸಿರಿ. ಅದರಲ್ಲಿ ಅನಗತ್ಯವಾಗಿ ಯಾವುದೇ ಬದಲಾವಣೆಗಳನ್ನು ಮಾಡಬೇಡಿರಿ. ನೀವು ಒಮ್ಮೆಗೆ ಎಲ್ಲವನ್ನು ಕಲಿಸಿಕೊಡುವ ಅವಶ್ಯಕತೆಯಿಲ್ಲ. ಪ್ರತಿಯೊಂದನ್ನು ನಿಧಾನವಾಗಿ ಒಂದರ ನಂತರ ಒಂದರಂತೆ ಪರಿಣಾಮಕಾರಿಯಾಗಿ ಕಲಿಸಿಕೊಡಿರಿ. ಉದಾಹರಣೆಗೆ ಅವರು ಮೊದಲನೆಯ ಕಟ್ಟಳೆಯನ್ನು ಚೆನ್ನಾಗಿ ಕಲಿತು ಪೂರ್ಣವಾಗಿ ಅರ್ಥಮಾಡಿಕೊಂಡ ಮೇಲೆ ಎರಡನೆಯ ಕಟ್ಟಳೆಯನ್ನು ಕಲಿಸಿಕೊಡಿರಿ. ಹಾಗಿಲ್ಲದಿದ್ದರೆ ಅವರು ಗಲಿಬಿಲಿಗೊಳಗಾಗಿ ಯಾವುದನ್ನೂ ಸರಿಯಾಗಿ ಅರ್ಥಮಾಡಿಕೊಳ್ಳಲಾರದೆ ಹೋಗುವರು.

ಮೂರನೆಯದಾಗಿ, ಹೀಗೆ ಹಂತಹಂತವಾಗಿ ನೀವು "ಸಣ್ಣ ಜ್ಞಾನೋಪದೇಶ"ವನ್ನು ಅವರಿಗೆ ಅರ್ಥವಾಗುವಂತೆ ಕಲಿಸಿಕೊಟ್ಟ ಮೇಲೆ ದೊಡ್ಡ ಜ್ಞಾನೋಪದೇಶವನ್ನು ಅವರಿಗೆ ಬೋಧಿಸಿ ಪರಿಪೂರ್ಣವಾದ ಜ್ಞಾನವನ್ನು ತಿಳಿಸಿಕೊಡಿರಿ.

"ಸಣ್ಣ ಜ್ಞಾನೋಪದೇಶ"ದ ವಿಚಾರಗಳನ್ನು ಕಲಿಸಿಕೊಟ್ಟ ಮೇಲೆ ದೊಡ್ಡ ಜ್ಞಾನೋಪದೇಶದ ವಿಚಾರಗಳನ್ನು ಕೂಲಂಕುಷವಾಗಿ, ಸವಿವರವಾಗಿ ಬೋಧಿಸಿರಿ. ಅದರಲ್ಲಿರುವ ಪ್ರತಿಯೊಂದು ಪದ, ವಿಷಯ, ವಾಕ್ಯ, ಲೇಖನಗಳನ್ನು ಅವುಗಳ ಕಾರ್ಯವೈಖರಿಯನ್ನು, ಉಪಯೋಗಗಳನ್ನು, ಅಪಾಯಗಳನ್ನು ಮತ್ತು

ಎಚ್ಚರಿಕೆಗಳನ್ನು ಕುರಿತು ತಿಳಿಸಿಕೊಡಬೇಕು. ಈ ಪುಸ್ತಕದ ಪ್ರಮುಖ ವಿಚಾರಗಳ ಭಾವಾರ್ಥಗಳ ಕುರಿತು ಇದರ ಉಲ್ಲೇಖವಿರುವ ಬೇರೆ ಗ್ರಂಥಗಳನ್ನು ಅವಲೋಕಿಸಿ ವಿವರಿಸಬೇಕು. ಅದೇ ಸಂದರ್ಭದಲ್ಲಿ ನಿಮ್ಮ ಉಪದೇಶ ಕೇಳುವವರಿಗೆ ಈ ಪುಸ್ತಕದ ಯಾವ ವಿಚಾರಗಳು ಜನರಿಂದ ಕಡೆಗಣಿಸಲ್ಪಟ್ಟಿವೆ, ಅದರಿಂದಾಗುವ ಅಪಾಯಗಳು ಏನೇನು ಎಂದು ಮನವರಿಕೆ ಮಾಡಿಕೊಡಿರಿ. ಉದಾಹರಣೆಗೆ 7ನೇ ಕಟ್ಟಳೆ ಕದಿಯಬಾರದು. ಆದರೆ ಕೈಗಾರಿಕೆ, ಕೃಷಿ, ವ್ಯಾಪಾರ ಕ್ಷೇತ್ರಗಳಲ್ಲಿ ಅಪ್ರಾಮಾಣಿಕತೆ, ಮೋಸ, ಅಧರ್ಮ, ಕಳ್ಳತನ ಎಲ್ಲವೂ ಹೆಚ್ಚಾಗಿ ಕಾಣಲು ಸಿಗುತ್ತದೆ. ಆದ್ದರಿಂದ ಈ ಪುಸ್ತಕದ ವಿಚಾರಗಳನ್ನು ಆಳವಾಗಿ ತಿಳಿಸಿ, ದಿನನಿತ್ಯದ ಜೀವನಕ್ಕೆ ಅವಶ್ಯವಿರುವ ಎಚ್ಚರಿಕೆ ಸವಾಲುಗಳನ್ನು ಕುರಿತು ಬೋಧಿಸಬೇಕು. ಹಾಗೆಯೇ ಮಕ್ಕಳು, ಜನಸಾಮಾನ್ಯರು ತಾಳ್ಮೆ, ವಿಧೇಯತೆ ಮತ್ತು ಸಮಾಧಾನದಿಂದ ಹೇಗೆ? ಮತ್ತು ಯಾಕೆ? ಜೀವಿಸಬೇಕೆಂಬುದನ್ನು ದೇವರ ವಾಕ್ಯದ ಹಲವಾರು ಉದಾಹರಣೆಗಳ ಮೂಲಕ ಪರಿಚಯಿಸಿಕೊಡಬೇಕು.

ಅದೇ ಪ್ರಕಾರ ನ್ಯಾಯಾಧಿಪತಿಗಳು ಮತ್ತು ಹೆತ್ತವರು ನ್ಯಾಯಯುತವಾಗಿ ತಮ್ಮತಮ್ಮ ಜವಾಬ್ದಾರಿಗಳನ್ನು ನಿರ್ವಹಿಸುವಂತೆಯೂ ತಮ್ಮ ಮಕ್ಕಳನ್ನು ಶಾಲೆಗಳಿಗೆ ಕ್ರಮಬದ್ಧವಾಗಿ ಕಳುಹಿಸುವಂತೆಯೂ ಒತ್ತಾಯಿಸಬೇಕು. ಒಂದು ವೇಳೆ ನ್ಯಾಯಾಧಿಪತಿಗಳೂ ಹೆತ್ತವರೂ ತಮ್ಮ ಪಾತ್ರವನ್ನು ಸರಿಯಾಗಿ ನಿರ್ವಹಿಸದಿದ್ದರೆ ಹೇಗೆ ಸಭೆ ಮತ್ತು ಸಮಾಜಕ್ಕೆ ದೊಡ್ಡಹಾನಿಯಾಗುತ್ತದೆಂದೂ ಅವರು ಹೇಗೆ ಖಂಡನಾರ್ಹ ಅಪರಾಧಿಗಳಾಗುತ್ತಾರೆಂದೂ ಅವರಿಗೆ ಮನವರಿಕೆ ಮಾಡಿಕೊಡಬೇಕು. ಇದಲ್ಲದೆ ಸಭೆ ಮತ್ತು ಸಮಾಜದಲ್ಲಿ ಬಹು ಪ್ರಾಮುಖ್ಯವಾದ ಸ್ಥಾನಮಾನಗಳಲ್ಲಿರುವ ಪ್ರತಿಯೊಬ್ಬರೂ ತಮ್ಮತಮ್ಮ ಜವಾಬ್ದಾರಿಗಳನ್ನು ಗಂಭೀರವಾಗಿ ನಿರ್ವಹಿಸುವಲ್ಲಿ ವಿಫಲವಾದರೆ ಅದು ಜಗತ್ತಿನ ಅವನತಿಗೂ ದೇವರರಾಜ್ಯದ ನಾಶನಕ್ಕೂ ಕಾರಣವಾಗುತ್ತದೆ ಮತ್ತು ಅವರು ಹೇಗೆ ದೇವರ ಮತ್ತು ಮನುಷ್ಯರ ಕಡುವೈರಿಗಳಾಗುತ್ತಾರೆ ಎಂದು ಅರಿತುಕೊಳ್ಳುವಂತೆಯೂ ಮಾಡುವ ಜವಾಬ್ದಾರಿ ಬೋಧಕರಿಗಿದೆ. ಅವರು ಜನರನ್ನು ಮತ್ತು ಮಕ್ಕಳನ್ನು ಒಳ್ಳೇ ನಾಗರೀಕರೂ ಸಭಾಪಾಲಕರೂ ಉಪದೇಶಕರೂ ಆಗುವಂತೆ ಸರಿಯಾದ ತರಬೇತಿ ಮತ್ತು ಮಾರ್ಗದರ್ಶನ ಮಾಡದಿದ್ದರೆ ಅವರ ಈ ಘನಘೋರ ವೈಫಲ್ಯತೆಗೆ ದೇವರು ಹೇಗೆ ಅವರನ್ನು ಶಿಕ್ಷಿಸುವನೆಂಬುದನ್ನು ತಿಳಿಸಿಕೊಡುವುದು ಅತ್ಯವಶ್ಯಕವಾಗಿದೆ. ಜೀವನದಲ್ಲಿ ಇದಕ್ಕಿಂತಲೂ ಬಹಳ ಗಂಭೀರವಾದ ಬೇರೆ ವಿಚಾರವೇನೆಂದು ಪ್ರಾಮಾಣಿಕವಾಗಿ ನನಗೆ ತಿಳಿದಿಲ್ಲ. ಹೆತ್ತವರು, ಪೋಷಕರು ಮತ್ತು ನ್ಯಾಯಾಧಿಪತಿಗಳು ಈ ನಿಟ್ಟಿನಲ್ಲಿ ಮಾತಿನಲ್ಲಿ ವರ್ಣಿಸಲಾಗದ ಬಹಳ ದೊಡ್ಡ ಪಾಪವನ್ನು ಮಾಡುವವರಾಗಿದ್ದಾರೆ. ಇದರಿಂದಾಗಿ ಸೈತಾನನು ಇನ್ನೂ ಭಯಂಕರ ಕೃತ್ಯಗಳ ಕುರಿತು ಸಂಚು ಹೂಡುವವನಾಗಿದ್ದಾನೆ.

ಕೊನೆಯದಾಗಿ, ಪೋಪರ ಎಲ್ಲಾ ಬಗೆಯ ದಬ್ಬಾಳಿಕೆ, ದೌರ್ಜನ್ಯಗಳನ್ನು ರದ್ದುಮಾಡಿರುವ ಕಾರಣದಿಂದಾಗಿ ಜನರು ಕ್ರೈಸ್ತ ಸಂಸ್ಕಾರಗಳಲ್ಲಿ ಪಾಲುಹೊಂದಲು ಆಸಕ್ತಿಯನ್ನು ಕಳೆದುಕೊಳ್ಳುತ್ತಿದ್ದಾರೆ. ಇವೆಲ್ಲವೂ ಅರ್ಥಹೀನ ಮತ್ತು ನಿಷ್ಪ್ರಯೋಜಕ

ಎಂದು ಅವರು ಭಾವಿಸಿದ್ದಾರೆ. ಇಂಥಹ ಮನಃಸ್ಥಿತಿಯಲ್ಲಿ ಜನರಿರುವಾಗ ನಾವು ಸ್ಥಿತಪ್ರಜ್ಞೆಯುಳ್ಳವರಾಗಿ ಯಾರನ್ನೂ ಸಹ ಬಲವಂತವಾಗಿ ವಿಶ್ವಾಸಿಗಳಾಗುವಂತೆ ಪ್ರೇರೇಪಿಸದೆ, ಸಂಸ್ಕಾರಗಳಲ್ಲಿ ಭಾಗವಹಿಸುವಂತೆ ಒತ್ತಾಯಿಸದೆ, ಯಾವುದೇ ನೀತಿನಿಯಮಗಳನ್ನು ಸ್ಥಳ ಮತ್ತು ಸಮಯವನ್ನು ನಿರ್ಧರಿಸದೆ ಅವರು ಸ್ವಯಂ ಪ್ರೇರಿತರಾಗಿ ತಮ್ಮ ಮನಃಸ್ಸಾಕ್ಷಿಗನುಗುಣವಾಗಿ ತಮ್ಮನ್ನು ಮಾರ್ಪಡಿಸಿಕೊಂಡು ಒಳ್ಳೆಯ ರೀತಿಯಲ್ಲಿ ಕ್ರೈಸ್ತಜೀವನ, ಆರಾಧನೆ, ಸಂಸ್ಕಾರಗಳನ್ನು ನಡೆಸುವಂತೆ ಸಭಾಪಾಲಕರನ್ನು ಒತ್ತಾಯಿಸುವಂತೆ ಆಗಬೇಕು.

ಕ್ರೈಸ್ತ ಆರಾಧನೆ ಅದರಲ್ಲೂ ಕ್ರಿಸ್ತನಿಂದ ನೇಮಿಸಲ್ಪಟ್ಟ ಸಂಸ್ಕಾರಗಳನ್ನು ಕಡೆಗಣಿಸಿ ವರ್ಷದಲ್ಲಿ ನಾಲ್ಕು ಬಾರಿಯಾದರೂ ಕರ್ತನ ಪವಿತ್ರ ಭೋಜನದಲ್ಲಿ ಭಾಗವಹಿಸಲು ಇಷ್ಟವಿಲ್ಲದವರು ಅಕ್ರೈಸ್ತರೂ, ದೇವರ ವಾಕ್ಯಗಳನ್ನು ನಂಬದವರೂ, ಪಾಲಿಸದವರೂ ಆಗಿರುವರೆಂಬುದನ್ನು ಮನವರಿಕೆ ಮಾಡಿಕೊಡಬೇಕು. ನಮ್ಮ ಕರ್ತನಾದ ಯೇಸುಕ್ರಿಸ್ತನು ಕರ್ತನ ಭೋಜನ ಸಂಸ್ಕಾರವನ್ನು ಬಿಟ್ಟುಬಿಡುವುದಕ್ಕಾಗಲೀ, ಅಸಡ್ಡೆಮಾಡುವುದಕ್ಕಾಗಲೀ ತಿಳಿಸದೆ ಇದನ್ನು "ನನ್ನನ್ನು ನೆನಸಿಕೊಳ್ಳುವುದಕ್ಕೋಸ್ಕರ ಹೀಗೆ ಮಾಡಿರಿ" (ಲೂಕ 22:19) ಎಂದು ಹೇಳಿದ್ದಾನೆ. ಯೇಸುವಿನ ಈ ಮಾತಿನಲ್ಲಿ ಕ್ರೈಸ್ತ ಸಂಸ್ಕಾರಗಳನ್ನು ಕ್ರಮದಲ್ಲಿ ಪರಿಪಾಲಿಸಬೇಕೆಂಬುವ ಬೋಧನೆಯು ಅಡಗಿದೆ.

ಯಾರ್ಯಾರು ಕ್ರೈಸ್ತ ಸಂಸ್ಕಾರಗಳನ್ನು ಮಾನ್ಯ ಮಾಡವೆ ಇದ್ದಾರೋ ಅಂಥವರಿಗೆ ಯಾವ ಪಾಪವೂ ಇಲ್ಲ. ಅವರು ಶರೀರ, ಸೈತಾನ, ಜಗತ್ತು, ಮರಣ, ಅಪಾಯ, ನರಕ ಇವುಗಳ್ಯಾವುದನ್ನು ನಂಬುವುದಿಲ್ಲ. ಅಂಥವರು ಎರಡುಪಟ್ಟು ಸೈತಾನನವರಾಗಿದ್ದಾರೆ. ಇನ್ನೊಂದೆಡೆ ಅವರಿಗೆ ಕೃಪೆ, ದಯೆ, ಜೀವ, ಪರದೈಸು, ಪರಲೋಕ, ಕ್ರಿಸ್ತನು, ದೇವರು ಮತ್ತು ಯಾವುದೇ ಒಳ್ಳೆಯವುಗಳು ಬೇಕಿಲ್ಲ. ಒಂದು ವೇಳೆ ಅವರು ತಮ್ಮಲ್ಲಿ ಅತೀ ಕೆಟ್ಟದ್ದು ತುಂಬಿದೆ; ನಮಗೆ ಅತೀ ಒಳ್ಳೆಯದು ಬೇಕೆಂದು ನಂಬುವುದಾದರೆ ಅಂಥವರು ಕ್ರೈಸ್ತ ಸಂಸ್ಕಾರಗಳನ್ನು, ಬೋಧನೆಗಳನ್ನು ನಿರ್ಲಕ್ಷಿಸುವುದಿಲ್ಲ. ಆಗ ಅವರಲ್ಲಿರುವ ಪಾಪ, ಕೆಟ್ಟದ್ದು ನೀಗಿಸಲ್ಪಟ್ಟು ಒಳ್ಳೇದ್ದನ್ನು ಮತ್ತು ಆಶೀರ್ವಾದಗಳನ್ನು ಪಡೆದುಕೊಳ್ಳುವರು. ಹೀಗೆ ಮಾರ್ಪಟ್ಟವರು ಸ್ವಯಂಪ್ರೇರಿತರಾಗಿ ಕ್ರೈಸ್ತ ಸಂಸ್ಕಾರಗಳಲ್ಲಿ ಭಾಗವಹಿಸಲು ಹಾತೊರೆಯುತ್ತಾರೆ ಮತ್ತು ಸಭಾಪಾಲಕರಲ್ಲಿ ತಮಗೆ ಸಂಸ್ಕಾರಗಳನ್ನು ನಡೆಸಿಕೊಡುವಂತೆ ಒತ್ತಾಯಮಾಡುತ್ತಾರೆ.

ಆದ್ದರಿಂದ ಜನರು ಕ್ರೈಸ್ತ ಸಂಸ್ಕಾರಗಳಲ್ಲಿ ಪಾಲುಹೊಂದುವಂತೆ ಮಾಡಲು ಪೋಪರ ಹಾಗೆ ನಾವು ಯಾವುದೇ ಕಾನೂನು ಕಟ್ಟಳೆ, ನೀತಿನಿಯಮಗಳನ್ನು ಮಾಡುವ ಅವಶ್ಯಕತೆಯಿಲ್ಲ. ಬದಲಿಗೆ ಪ್ರತಿಯೊಬ್ಬರಿಗೂ ಕ್ರೈಸ್ತ ಸಂಸ್ಕಾರಗಳ ವಿಚಾರದಲ್ಲಿರುವ ಒಳಿತು ಮತ್ತು ಕೆಡುಕು, ಅವಶ್ಯಕತೆ ಮತ್ತು ಸದುಪಯೋಗ, ಅಪಾಯ ಮತ್ತು ಆಶೀರ್ವಾದ ಇವುಗಳ ಕುರಿತು ಸ್ಪಷ್ಟವಾದ ತಿಳುವಳಿಕೆ ನೀಡಿದರೆ ಸಾಕು. ಆಗ ಜನರು ಸಂಸ್ಕಾರಗಳಲ್ಲಿ ಯಾವುದೇ ಬಲವಂತವಿಲ್ಲದೆ ಸ್ವಯಂಪ್ರೇರಿತರಾಗಿ ಭಾಗವಹಿಸಲು ಮುಂದಾಗುವರು. ಆದರೆ ಹಾಗೆ ಜನರು ಬಾರದಿದ್ದರೆ, ನೀವು ಹೋಗಿ ಅವರು ಸೈತಾನನಿಗೆ ಸೇರಿದವರೆಂದೂ ಅವರಿಗೆ

ದೇವರು, ಆತನ ಕೃಪೆ ಮತ್ತು ರಕ್ಷಣೆ ಎಷ್ಟು ಅವಶ್ಯವೆಂದು ತಿಳಿಸಿಕೊಡಬೇಕು. ಹೀಗೆ ನೀವು ಜವಾಬ್ದಾರಿ ಹೊತ್ತು ಅವರಿಗೆ ಸತ್ಯವನ್ನು ಮನವರಿಕೆ ಮಾಡಿಕೊಡದಿದ್ದರೆ ಅವರು ಸಂಸ್ಕಾರಗಳನ್ನು ನಿರ್ಲಕ್ಷಿಸಿ ಅದರಲ್ಲಿ ಭಾಗವಹಿಸದೆ ಹೋಗುವರು. ಅವರ ಆ ಅಪರಾಧ ನಿಮ್ಮ ಮೇಲೆ ಬರುತ್ತದೆ. ನೀವು ನಿಮ್ಮ ಗುರುತರವಾದ ಜವಾಬ್ದಾರಿಯನ್ನು ನಿರ್ವಹಿಸದೆ ಆಲಸಿಗಳೂ ಮೌನಿಗಳೂ ಆದರೆ ಆ ಜನರು ಸೋಮಾರಿಗಳಾಗದೇ ಇರುವರೇ? ಆದ್ದರಿಂದ ಸಭಾಪಾಲಕರೇ ಮತ್ತು ಕ್ರೈಸ್ತ ಬೋಧಕರೇ ನಿಮ್ಮ ಜವಾಬ್ದಾರಿಯ ವಿಷಯದಲ್ಲಿ ಎಚ್ಚರಿಕೆಯುಳ್ಳವರಾಗಿರಿ! ಪೋಪನ ಆಡಳಿತದಲ್ಲಿ ಇದ್ದದ್ದಕ್ಕಿಂತ ಈಗ ನಮ್ಮ ಸೇವಾಜವಾಬ್ದಾರಿಗಳು ಅತ್ಯಂತ ವಿಭಿನ್ನವಾದದ್ದಾಗಿದೆ. ಅವು ಬಹು ಗಂಭೀರವೂ ಉಪಯುಕ್ತವೂ ಸತ್ಪರಿಣಾಮಕಾರಿಯೂ ಆದದ್ದಾಗಿದೆ. ಅದೇ ಸಮಯದಲ್ಲಿ ಈಗ ನಮಗೆ ತೊಂದರೆಗಳು, ಪರಿಶ್ರಮಗಳು, ಅಪಾಯಗಳು ಮತ್ತು ಶೋಧನೆಗಳು ಹೆಚ್ಚಾಗುತ್ತವೆ. ಇದಲ್ಲದೆ ನಮ್ಮ ಈ ಸೇವೆಗೆ ಜಗತ್ತಿನಲ್ಲಿ ತೀರಾ ಕಡಿಮೆಮಟ್ಟದ ಮಾನ್ಯತೆ, ಗೌರವ ಮತ್ತು ಕೃತಜ್ಞತೆಗಳು ಸಿಕ್ಕುತ್ತವೆ. ಆದರೆ ನಾವು ನಂಬಿಗಸ್ತರಾಗಿ ಪ್ರಾಮಾಣಿಕತೆಯಿಂದ ನಮ್ಮ ಸೇವಾಜವಾಬ್ದಾರಿಗಳನ್ನು ನಿರ್ವಹಿಸುವುದಾದರೆ ಕ್ರಿಸ್ತನು ತಾನೇ ನಮ್ಮ ಬಹುಮಾನವಾಗಿದ್ದಾನೆ. ಈ ಶ್ರೇಷ್ಠ ಬಹುಮಾನವನ್ನು ನಾವು ಪಡೆದುಕೊಳ್ಳಲು ತಂದೆಯಾದ ದೇವರ ಕೃಪೆ ಮತ್ತು ಸಹಾಯ ಸಿಗಲಿ. ಆತನಿಗೆ ಎಲ್ಲಾ ಘನತೆ, ಮಾನ, ಸನ್ಮಾನ, ಸ್ತುತಿ, ಸ್ತೋತ್ರ, ಆರಾಧನೆಗಳು ನಮ್ಮ ಕರ್ತನಾದ ಯೇಸುಕ್ರಿಸ್ತನ ಮೂಲಕ ಉಂಟಾಗಲಿ, ಆಮೆನ್.

I

ಹತ್ತು ಕಟ್ಟಳೆಗಳು (ದಶಾಜ್ಞೆಗಳು)

ಕುಟುಂಬದ ಯಜಮಾನ ತನ್ನ ಕುಟುಂಬದವರಿಗೆ ದೇವರ ಹತ್ತು ಕಟ್ಟಳೆಗಳನ್ನು ಸರಳವಾಗಿ ತಿಳಿಸಿಕೊಡುವುದು ಹೇಗೆ?

ಮೊದಲನೆಯ ಕಟ್ಟಳೆ

ನಾನಲ್ಲದೆ ನಿನಗೆ ಬೇರೆ ದೇವರುಗಳು ಇರಬಾರದು. ಯಾವ ಮೂರ್ತಿಯನ್ನು ಮಾಡಿಕೊಳ್ಳಬಾರದು. ಆಕಾಶದಲ್ಲಾಗಲಿ ಭೂಮಿಯಲ್ಲಾಗಲಿ ಭೂಮಿಯ ಕೆಳಗಣ ನೀರಿನಲ್ಲಾಗಲಿ ಇರುವ ಯಾವುದರ ರೂಪವನ್ನು ಮಾಡಿಕೊಳ್ಳಬಾರದು. ಅವುಗಳಿಗೆ ಅಡ್ಡಬೀಳಲೂ ಬಾರದು, ಪೂಜೆ ಮಾಡಲೂ ಬಾರದು(ವಿಮೋಚನಕಾಂಡ 20:3).

ಈ ಕಟ್ಟಳೆಯ ಅರ್ಥವೇನು? *ಉತ್ತರ:* ನಾವು ಎಲ್ಲಕ್ಕಿಂತಲೂ ಹೆಚ್ಚು ದೇವರಿಗೆ ಭಯಪಟ್ಟು, ಆತನನ್ನು ಪ್ರೀತಿಸಿ, ಆತನಲ್ಲಿ ನಂಬಿಕೆಯಿಡಬೇಕು.

ಎರಡನೆಯ ಕಟ್ಟಳೆ

ನಿನ್ನ ದೇವರಾದ ಯೆಹೋವನ ಹೆಸರನ್ನು ಅಯೋಗ್ಯ ಕಾರ್ಯಕ್ಕಾಗಿ ಎತ್ತಬಾರದು(ವಿಮೋಚನ 20:7).

ಈ ಕಟ್ಟಳೆಯ ಅರ್ಥವೇನು? *ಉತ್ತರ:* ನಾವು ದೇವರಿಗೆ ಭಯಪಟ್ಟು, ಆತನನ್ನು ಪ್ರೀತಿಸಿ ಆತನ ಹೆಸರಿನಿಂದ ಶಪಿಸದೆಯೂ ಆಣೆ ಇಡದೆಯೂ ಮಂತ್ರ ತಂತ್ರ ಮಾಡದೆಯೂ ಸುಳ್ಳು ಹೇಳದೆಯೂ ಮೋಸ ಮಾಡದೆಯೂ ಸಕಲ ಕಷ್ಟಗಳಲ್ಲಿಯೂ ಆ ಹೆಸರನ್ನು ಬೇಡಿ, ಭಜಿಸಿ, ಹೊಗಳಿ, ಸ್ತೋತ್ರ ಮಾಡಬೇಕು.

ಮೂರನೆಯ ಕಟ್ಟಳೆ

ಸಬ್ಬತ್ ದಿನವನ್ನು ದೇವರ ದಿನವೆಂದು ಆಚರಣೆಗೆ ತರುವುದಕ್ಕೆ ಜ್ಞಾಪಕದಲ್ಲಿಟ್ಟುಕೊಳ್ಳಬೇಕು(ವಿಮೋಚನ 20:8).

ಈ ಕಟ್ಟಳೆಯ ಅರ್ಥವೇನು? *ಉತ್ತರ:* ನಾವು ದೇವರಿಗೆ ಭಯಪಟ್ಟು, ಆತನನ್ನು ಪ್ರೀತಿಸಿ, ಆತನ ವಾಕ್ಯವನ್ನೂ ಜ್ಞಾನಪ್ರಸಂಗವನ್ನೂ ಅಲಕ್ಷ್ಯಮಾಡದೆ ಅದನ್ನು ಪರಿಶುದ್ಧವೆಂದಣಿಸಿ, ಸಂತೋಷದಿಂದ ಕೇಳಿ ಕಲಿಯಬೇಕು.

ನಾಲ್ಕನೆಯ ಕಟ್ಟಳೆ

ನಿನ್ನ ತಂದೆತಾಯಿಗಳನ್ನು ಸನ್ಮಾನಿಸಬೇಕು; ಸನ್ಮಾನಿಸಿದರೆ ನಿನ್ನ ದೇವರಾದ ಯೆಹೋವನು ನಿನಗೆ ಅನುಗ್ರಹಿಸುವ ದೇಶದಲ್ಲಿ ನೀನು ಬಹುಕಾಲ ಇರುವಿ(ವಿಮೋಚನ 20:12).

ಈ ಕಟ್ಟಳೆಯ ಅರ್ಥವೇನು? *ಉತ್ತರ:* ನಾವು ದೇವರಿಗೆ ಭಯಪಟ್ಟು, ಆತನನ್ನು ಪ್ರೀತಿಸಿ, ನಮ್ಮ ತಂದೆತಾಯಿಗಳನ್ನೂ, ಯಜಮಾನರನ್ನೂ ಅಲಕ್ಷ್ಯಮಾಡದೆಯೂ ಅವರಿಗೆ ಕೋಪವನ್ನುಂಟು ಮಾಡದೆಯೂ ಅವರಿಗೆ ಮರ್ಯಾದೆ ಕೊಟ್ಟು ಸೇವೆಮಾಡಿ, ವಿಧೇಯರಾಗಿ ಪ್ರೀತಿಯನ್ನೂ ಗಣ್ಯತೆಯನ್ನು ತೋರಿಸುತ್ತಾ ಬರಬೇಕು.

ಐದನೆಯ ಕಟ್ಟಳೆ

ನರಹತ್ಯೆ ಮಾಡಬಾರದು(ವಿಮೋಚನ 20:13).

ಈ ಕಟ್ಟಳೆಯ ಅರ್ಥವೇನು? *ಉತ್ತರ:* ನಾವು ದೇವರಿಗೆ ಭಯಪಟ್ಟು, ಆತನನ್ನು ಪ್ರೀತಿಸಿ ನೆರೆಯವನ ಶರೀರಕ್ಕೆ ನೋವನ್ನಾದರೂ ಕೇಡನ್ನಾದರೂ ಮಾಡದೆ ಅವನ ಸಕಲ ಶಾರೀರಿಕ ಕಷ್ಟಗಳಲ್ಲಿಯೂ ಅವನಿಗೆ ಒತ್ತಾಸೆಯಾಗಿದ್ದು ಸಹಾಯ ಮಾಡಬೇಕು.

ಆರನೆಯ ಕಟ್ಟಳೆ

ವ್ಯಭಿಚಾರ ಮಾಡಬಾರದು(ವಿಮೋಚನ 20:14).

ಈ ಕಟ್ಟಳೆಯ ಅರ್ಥವೇನು? *ಉತ್ತರ:* ನಾವು ದೇವರಿಗೆ ಭಯಪಟ್ಟು, ಆತನನ್ನು ಪ್ರೀತಿಸಿ ಮಾತಿನಲ್ಲಿಯೂ ಕ್ರಿಯೆಯಲ್ಲಿಯೂ ಕಳಂಕವಿಲ್ಲದೆ ಯುಕ್ತವಾಗಿ ನಡೆದು ಗಂಡಹೆಂಡರು ಒಬ್ಬರನ್ನೊಬ್ಬರು ಪ್ರೀತಿಸಿ ಸನ್ಮಾನಿಸಬೇಕು.

ಏಳನೆಯ ಕಟ್ಟಳೆ

ಕದಿಯಬಾರದು(ವಿಮೋಚನ 20:15).

ಈ ಕಟ್ಟಳೆಯ ಅರ್ಥವೇನು? *ಉತ್ತರ:* ನಾವು ದೇವರಿಗೆ ಭಯಪಟ್ಟು, ಆತನನ್ನು ಪ್ರೀತಿಸಿ ನಮ್ಮ ನೆರೆಯವನ ಬದುಕನ್ನಾಗಲಿ ದ್ರವ್ಯವನ್ನಾಗಲಿ ಅಪಹರಿಸದೆಯೂ ಮೋಸಪದಾರ್ಥಗಳಿಂದ ಅಥವಾ ವ್ಯವಹಾರಗಳಿಂದ ಪಡೆಯದೆಯೂ ಇದ್ದು ಆತನ ಬದುಕನ್ನೂ, ಬಾಳನ್ನೂ ವೃದ್ಧಿಗೊಳಿಸಿ ಕಾಪಾಡಿಕೊಳ್ಳುವಂತೆ ನೆರವಾಗಬೇಕು.

ಎಂಟನೆಯ ಕಟ್ಟಳೆ

ಮತ್ತೊಬ್ಬನ ಮೇಲೆ ಸುಳ್ಳುಸಾಕ್ಷಿ ಹೇಳಬಾರದು(ವಿಮೋಚನ 20:16).

ಈ ಕಟ್ಟಳೆಯ ಅರ್ಥವೇನು? *ಉತ್ತರ:* ನಾವು ದೇವರಿಗೆ ಭಯಪಟ್ಟು, ಆತನನ್ನು ಪ್ರೀತಿಸಿ ನಮ್ಮ ನೆರೆಯವನಿಗೆ ಮೋಸಹೋಗುವಂತೆ ಸುಳ್ಳಾಡದೆ, ಅವನ ಗುಟ್ಟನ್ನು ಹೊರಗೆಡವದೆ, ಅವನ ಮೇಲೆ ಚಾಡಿ ಹೇಳದೆ, ಅವನ ಹೆಸರನ್ನು ಕೆಡಿಸದೆ, ಅವನ ಪಕ್ಷವಹಿಸಿ ಒಳ್ಳೆಯವುಗಳನ್ನು ಹೇಳಿ ಅವನ ಪ್ರತಿಯೊಂದು ಕಾರ್ಯವನ್ನೂ, ಒಳ್ಳೆಯದ್ದನ್ನಾಗಿ ಅರ್ಥಪಡಿಸಿ ವಿವರಿಸಬೇಕು.

ಒಂಭತ್ತನೆಯ ಕಟ್ಟಳೆ

ಮತ್ತೊಬ್ಬನ ಮನೆಯನ್ನು ಆಶಿಸಬಾರದು(ವಿಮೋಚನ 20:17).

ಈ ಕಟ್ಟಳೆಯ ಅರ್ಥವೇನು? *ಉತ್ತರ:* ನಾವು ದೇವರಿಗೆ ಭಯಪಟ್ಟು, ಆತನನ್ನು ಪ್ರೀತಿಸಿ ನಮ್ಮ ನೆರೆಯವನ ಮನೆಯನ್ನಾಗಲಿ ಬಾಧ್ಯತೆಯನ್ನಾಗಲಿ ಹೊಂದುವುದಕ್ಕೆ ತಂತ್ರೋಪಾಯಗಳನ್ನು ಮಾಡದೆಯೂ ನಟನೆಯಿಂದ ಹಕ್ಕನ್ನು ತೋರಿಸಿ ಅದನ್ನು ಪಡೆಯದೆಯೂ ಇದ್ದು ಅದನ್ನು ಅವನು ಉಳಿಸಿಕೊಳ್ಳುವಂತೆ ನೆರವಾಗಿ ಸಹಾಯ ಮಾಡಬೇಕು.

ಹತ್ತನೆಯ ಕಟ್ಟಳೆ

ಮತ್ತೊಬ್ಬನ ಹೆಂಡತಿ ಗಂಡಾಳು ಹೆಣ್ಣಾಳು ಎತ್ತು ಕತ್ತೆ ಮುಂತಾದ ಯಾವದನ್ನೂ ಆಶಿಸಬಾರದು(ವಿಮೋಚನ 20:17).

ಈ ಕಟ್ಟಳೆಯ ಅರ್ಥವೇನು? *ಉತ್ತರ:* ನಾವು ದೇವರಿಗೆ ಭಯಪಟ್ಟು, ಆತನನ್ನು ಪ್ರೀತಿಸಿ ನೆರೆಯವನಿಂದ ಅವನ ಹೆಂಡತಿ, ಆಳುಗಳು ಇಲ್ಲವೆ ಪಶುಪಕ್ಷಿಗಳು ಬಿಟ್ಟುಹೋಗುವಂತೆಯೋ, ಬಲವಂತದಿಂದ ಅಪಹರಿಸುವಂತೆಯೋ,

ಮರುಳುಗೊಳಿಸುವಂತೆಯೋ ಮಾಡದೆ ಅವು ಅವನಲ್ಲೇ ಉಳಿದು ತಂತಮ್ಮ ಕರ್ತವ್ಯ ಮಾಡುವಂತೆ ಪ್ರೇರೇಪಿಸಬೇಕು.

ಈ ಎಲ್ಲಾ ಹತ್ತು ಕಟ್ಟಳೆಗಳನ್ನು ಕುರಿತು ದೇವರು ಹೇಳುವುದೇನು?

ದೇವರು ವಿಮೋಚನಕಾಂಡ 20:5-6ರಲ್ಲಿ ಹೀಗೆ ನುಡಿದಿದ್ದಾನೆ:

> 'ನಿನ್ನ ದೇವರಾದ ಯೆಹೋವನೆಂಬ ನಾನು ನನಗೆ ಸಲ್ಲತಕ್ಕ ಗೌರವವನ್ನು ಮತ್ತೊಬ್ಬನಿಗೆ ಸಲ್ಲಗೊಡಿಸದವನಾದುದರಿಂದ ನನ್ನನ್ನು ದ್ವೇಷಿಸುವವರ ವಿಷಯದಲ್ಲಿ ತಂದೆಗಳ ದೋಷಫಲಗಳನ್ನು ಮಕ್ಕಳ ಮೇಲೆ ಮೂರು ನಾಲ್ಕು ತಲೆಗಳವರೆಗೆ ಬರಮಾಡುವವನಾಗಿಯೂ, ನನ್ನನ್ನು ಪ್ರೀತಿಸಿ ನನ್ನ ಆಜ್ಞೆಗಳನ್ನು ಕೈಗೊಳ್ಳುವವರಿಗಾದರೋ ಸಾವಿರ ತಲೆಗಳವರೆಗೆ ದಯೆತೋರಿಸುವವನಾಗಿಯೂ ಇದ್ದೇನೆ.'

ಈ ಮಾತಿನ ಅರ್ಥವೇನು? *ಉತ್ತರ:* ದೇವರು ತಾನು ಕೊಟ್ಟ ಈ ಕಟ್ಟಳೆಗಳನ್ನು ಮೀರಿ ನಡೆಯುವವರೆಲ್ಲರನ್ನು ದಂಡಿಸುತ್ತೇನೆಂದು ಭಯ ತೋರಿಸುತ್ತಾನೆ. ಆದ್ದರಿಂದ ನಾವು ಆತನ ಕೋಪಕ್ಕೆ ಭಯಪಟ್ಟು, ಈ ಕಟ್ಟಳೆಗಳಿಗೆ ವಿರೋಧವಾಗಿ ನಡೆಯಬಾರದು. ಆದರೆ ಈ ಕಟ್ಟಳೆಗಳನ್ನು ಕೈಕೊಳ್ಳುವ ಎಲ್ಲರಿಗೂ ಆತನು ಕೃಪೆಯನ್ನೂ ಸಕಲ ಒಳ್ಳೇದನ್ನೂ ಮಾಡುವೆನೆಂದು ವಾಗ್ದಾನ ಮಾಡುತ್ತಾನೆ. ಆದ್ದರಿಂದ ನಾವು ದೇವರಿಗೆ ಭಯಪಡುವುದಲ್ಲದೆ ಆತನನ್ನು ಪ್ರೀತಿಸಿ ಆತನಲ್ಲಿ ನಂಬಿಕೆಯಿಟ್ಟು ಮನಃಪೂರ್ವಕವಾಗಿ ಆತನ ಕಟ್ಟಳೆಗಳ ಪ್ರಕಾರ ನಡೆಯಬೇಕು.

II

ವಿಶ್ವಾಸ ಪ್ರಮಾಣ

ಕುಟುಂಬದ ಯಜಮಾನ ತನ್ನ ಕುಟುಂಬದವರಿಗೆ ವಿಶ್ವಾಸಪ್ರಮಾಣವನ್ನು ಸರಳವಾಗಿ ತಿಳಿಸಿಕೊಡುವುದು ಹೇಗೆ?

ಮೊದಲನೆಯ ಭಾಗ. ಸೃಷ್ಟಿಯನ್ನು ಕುರಿತದ್ದು.

ಪರಲೋಕ ಭೂಲೋಕಗಳನ್ನು ಸೃಷ್ಟಿಸಿದ ಸರ್ವಶಕ್ತನಾಗಿರುವ ತಂದೆಯಾದ ದೇವರನ್ನು ನಂಬುತ್ತೇನೆ.

ಈ ಮಾತಿನ ಅರ್ಥವೇನು? *ಉತ್ತರ* : ದೇವರು ನನ್ನನ್ನೂ ಸಕಲವಸ್ತುಗಳನ್ನೂ ಸೃಷ್ಟಿಮಾಡಿ ನನಗೆ ಶರೀರವನ್ನೂ ಆತ್ಮವನ್ನೂ ಕಣ್ಣು, ಕಿವಿ ಮೊದಲಾದ ಸಕಲ ಅವಯವಗಳನ್ನೂ ಬುದ್ಧಿಯನ್ನೂ ಸಕಲ ಇಂದ್ರಿಯಗಳನ್ನೂ ದಯಪಾಲಿಸಿ, ಇದುವರೆಗೂ ಕಾಪಾಡಿಕೊಂಡು ಬರುತ್ತಾ ಇದ್ದಾನೆಂದು ನಂಬುತ್ತೇನೆ ಮಾತ್ರವಲ್ಲದೆ ನನ್ನ ಶರೀರಕ್ಕೂ ಜೀವನಕ್ಕೂ ಬೇಕಾದ ಸಕಲ ಅನ್ನಪಾನ, ಉಡಿಗೆತೊಡಿಗೆ, ಮನೆಮಠ, ಭೂಮಿ, ದನಕುರಿ ಮೊದಲಾದ ಸಕಲ ಆಸ್ತಿಗಳನ್ನೂ ಅವನು ನನಗೆ ಅನುಗ್ರಹಿಸಿ, ನನ್ನನ್ನು ಅನುದಿನವೂ ಪರಿಪೂರ್ಣವಾಗಿ ಪರಾಂಬರಿಸಿ, ಸಕಲ ಮೋಸಗಳಿಗೂ ಮರೆಮಾಚಿ, ಸಕಲ ಕೇಡುಗಳಿಂದ ತಪ್ಪಿಸಿ ಕಾಪಾಡಿ ಬರುತ್ತಾನೆಂದು ನಂಬುತ್ತೇನೆ. ಆತನು ಇವೆಲ್ಲವನ್ನೂ ತಂದೆಯ ಹಾಗೆ ಕೇವಲ ಪ್ರೀತಿಯಿಂದಲೂ ಕನಿಕರದಿಂದಲೂ ಯಾವುದೊಂದು ಪುಣ್ಯವೂ ಯೋಗ್ಯತೆಯೂ ಇಲ್ಲದ ನನಗೆ ಮಾಡುತ್ತಾ ಬರುತ್ತಾನೆ. ನಾನಾದರೋ ಇವೆಲ್ಲಕ್ಕೂ ಕೃತಜ್ಞತೆಯುಳ್ಳವನಾಗಿ ಆತನನ್ನು ಸ್ತೋತ್ರಿಸಲೂ ಆತನಿಗೆ ಸೇವೆಮಾಡಿ ವಿಧೇಯನಾಗಿ ನಡೆಯಲೂ ಕರ್ತವ್ಯವುಳ್ಳವನಾಗಿದ್ದೇನೆ, ಇದು ಸತ್ಯ.

ಎರಡನೆಯ ಭಾಗ.
ರಕ್ಷಣೆಯನ್ನು ಕುರಿತದ್ದು.

ಆತನ ಏಕಕುಮಾರನಾಗಿರುವ ನಮ್ಮ ಪ್ರಭುವಾದ ಯೇಸುಕ್ರಿಸ್ತನನ್ನು ನಂಬುತ್ತೇನೆ. ಈತನು ಪರಿಶುದ್ಧಾತ್ಮನಿಂದ, ಕನ್ಯಾಮರಿಯಳ ಗರ್ಭದಲ್ಲಿ ಧರಿಸಲ್ಪಟ್ಟು, ಆಕೆಯಲ್ಲಿ ಹುಟ್ಟಿ, ಪೊಂತಿಪಿಲಾತನ ಅಧಿಪತ್ಯದಲ್ಲಿ ಶ್ರಮೆಹೊಂದಿ, ಶಿಲುಬೆಗೆ ಜಡಿಯಲ್ಪಟ್ಟು, ಸತ್ತು ಹೂಣಲ್ಪಟ್ಟು, ಪಾತಾಳಕ್ಕಿಳಿದು ಮೂರನೇ ದಿನದಲ್ಲಿ ಸತ್ತವರೊಳಗಿಂದ ಎದ್ದು, ಪರಲೋಕಕ್ಕೆ ಏರಿಹೋಗಿ ಸರ್ವಶಕ್ತನಾದ ತಂದೆಯಾಗಿರುವ ದೇವರ ಬಲಪಾರ್ಶ್ವದಲ್ಲಿ ಕುಳಿತುಕೊಂಡಿರುತ್ತಾನೆ. ಈತನು ಅಲ್ಲಿಂದ ಬಂದು ಬದುಕುವವರಿಗೂ ಸತ್ತವರಿಗೂ ನ್ಯಾಯತೀರಿಸುವನು ಎಂದು ನಂಬುತ್ತೇನೆ.

ಈ ಮಾತಿನ ಅರ್ಥವೇನು? *ಉತ್ತರ:* ತಂದೆಯಲ್ಲಿ ಅನಾದಿಯಾಗಿ ಹುಟ್ಟಿದ ನಿಜವಾದ ದೇವರೂ ಕನ್ಯಾಮರಿಯಳಲ್ಲಿ ಹುಟ್ಟಿದ ನಿಜವಾದ ಮನುಷ್ಯನೂ ಆಗಿರುವ ಯೇಸುಕ್ರಿಸ್ತನು ನನ್ನ ಕರ್ತನೆಂದು ನಂಬುತ್ತೇನೆ. ಏಕೆಂದರೆ ಕೆಟ್ಟುಹೋಗಿ ಶಪಿಸಲ್ಪಟ್ಟ ನನ್ನನ್ನು ಆತನು ಬಂಗಾರದಿಂದಲೂ ಅಲ್ಲ, ಬೆಳ್ಳಿಯಿಂದಲೂ ಅಲ್ಲ, ಬೆಲೆ ಕಟ್ಟಲಾಗದ ತನ್ನ ಪರಿಶುದ್ಧ ರಕ್ತದಿಂದಲೂ, ತಪ್ಪಿಲ್ಲದೆ ಪಟ್ಟ ಶ್ರಮೆಗಳಿಂದಲೂ ಮರಣದಿಂದಲೂ, ಎಲ್ಲಾ ಪಾಪ, ಮರಣ ಮತ್ತು ಪಿಶಾಚನ ಬಲದಿಂದ ಬಿಡಿಸಿ, ರಕ್ಷಿಸಿ ತನಗೆಂದು ಸಂಪಾದಿಸಿಕೊಂಡನು. ಆದ್ದರಿಂದ ನಾನು ಆತನಿಗೆ ಸ್ವಂತವಾಗಿದ್ದು ಆತನಿಗೆ ವಿಧೇಯನಾಗಿ ಆತನ ರಾಜ್ಯದಲ್ಲಿಯೇ ಬದುಕಿ ನಿತ್ಯನೀತಿಯಲ್ಲಿಯೂ ಕಪಟವಿಲ್ಲದ ಸತ್ಯದಲ್ಲಿಯೂ ಮೋಕ್ಷಾನಂದದಲ್ಲಿಯೂ ಆತನಿಗೆ ಸೇವೆಮಾಡುವುದಕ್ಕೆ ಆತನು ಮರಣದಿಂದೆದ್ದು ಎಂದೆಂದಿಗೂ ಬದುಕಿ ಅಳುತ್ತಾ ಇದ್ದಾನೆ, ಇದು ಸತ್ಯ.

ಮೂರನೆಯ ಭಾಗ.
ಶುದ್ಧೀಕರಣವನ್ನು ಕುರಿತದ್ದು.

ಪರಿಶುದ್ಧಾತ್ಮನನ್ನು ನಂಬುತ್ತೇನೆ. ಒಂದೇ ಪರಿಶುದ್ಧ ಕ್ರೈಸ್ತ ಸಭೆಯೂ ಭಕ್ತರ ಅನ್ಯೋನ್ಯತೆಯೂ ಪಾಪ ಪರಿಹಾರವೂ ದೇಹದ ಪುನರುತ್ಥಾನವೂ ನಿತ್ಯಜೀವವೂ ಉಂಟೆಂದು ನಂಬುತ್ತೇನೆ.

ಈ ಮಾತಿನ ಅರ್ಥವೇನು? *ಉತ್ತರ:* ನಾನು ನನ್ನ ಸ್ವಂತ ಬುದ್ಧಿಯಿಂದಾಗಲಿ, ಬಲದಿಂದಾಗಲಿ ನನ್ನ ಕರ್ತನಾಗಿರುವ ಯೇಸುಕ್ರಿಸ್ತನನ್ನು ನಂಬುವುದಕ್ಕೂ ಆತನನ್ನು ಸೇರಿಕೊಳ್ಳುವುದಕ್ಕೂ ಆಗುವುದೇ ಇಲ್ಲ. ಆದ್ದರಿಂದ ಪರಿಶುದ್ಧಾತ್ಮನು ಸುವಾರ್ತೆಯ ಮೂಲಕ ನನ್ನನ್ನು ಬರಮಾಡಿ, ತನ್ನ ವರಗಳಿಂದ ನನ್ನನ್ನು ಪ್ರಕಾಶಿಸಿ, ನಿಜವಿಶ್ವಾಸದಿಂದ ನನ್ನನ್ನು ಪರಿಶುದ್ಧಮಾಡಿ ಕಾಪಾಡಿಕೊಂಡು ಬರುತ್ತಾನೆಂದಾ

ನಂಬುತ್ತೇನೆ. ಹೀಗೆಯೇ ಅವನು ಭೂಮಿಯಲ್ಲಿರುವ ಎಲ್ಲಾ ಪರಿಶುದ್ಧ ಸಭೆಯನ್ನು ಬರಮಾಡಿ ಒಟ್ಟುಗೂಡಿಸಿ ಪ್ರಕಾಶಿಸಿ, ಪರಿಶುದ್ಧಮಾಡಿ ನಿಜವಾದ ಒಂದೇ ವಿಶ್ವಾಸದಲ್ಲಿ ಯೇಸುಕ್ರಿಸ್ತನ ಬಳಿಯಲ್ಲಿ ಕಾಪಾಡಿಕೊಂಡು ಬರುತ್ತಾನೆ. ಅವನು ಈ ಪರಿಶುದ್ಧ ಸಭೆಯಲ್ಲಿ ನನಗೂ ವಿಶ್ವಾಸವುಳ್ಳ ಎಲ್ಲರಿಗೂ ಪ್ರತಿದಿನವೂ ಸಕಲಪಾಪಗಳನ್ನು ಕೃಪೆಯಿಂದ ಮನ್ನಿಸಿ ನ್ಯಾಯತೀರ್ಪಿನ ದಿನದಲ್ಲಿ ನನ್ನನ್ನೂ ಸತ್ತುಹೋದ ಎಲ್ಲರನ್ನು ಎಬ್ಬಿಸಿ ನನಗೂ ಯೇಸುಕ್ರಿಸ್ತನನ್ನು ನಂಬುವ ಎಲ್ಲರಿಗೂ ನಿತ್ಯಜೀವವನ್ನು ಕೊಡುವನು, ಇದು ಸತ್ಯ.

III

ಕರ್ತನ ಪ್ರಾರ್ಥನೆ

ಕುಟುಂಬದ ಯಜಮಾನ ತನ್ನ ಕುಟುಂಬದವರಿಗೆ ಕರ್ತನ ಪ್ರಾರ್ಥನೆಯನ್ನು ಸರಳವಾಗಿ ತಿಳಿಸಿಕೊಡುವುದು ಹೇಗೆ?

ಪರಲೋಕದಲ್ಲಿರುವ ನಮ್ಮ ತಂದೆಯೇ.

ಈ ಮಾತಿನ ಅರ್ಥವೇನು? ಉತ್ತರ: ದೇವರು ನಮಗೆ ನಿಜವಾದ ತಂದೆಯೆಂದೂ, ನಾವು ಆತನಿಗೆ ನಿಜವಾದ ಮಕ್ಕಳೆಂದೂ ನಾವು ನಂಬಿ, ಮಕ್ಕಳು ತಮ್ಮ ಪ್ರೀತಿಯುಳ್ಳ ತಂದೆಯನ್ನು ಬೇಡಿಕೊಳ್ಳುವ ಪ್ರಕಾರ ನಾವು ಸಂತೋಷದಿಂದಲೂ ಪೂರ್ಣನಂಬಿಕೆಯಿಂದಲೂ ಆತನನ್ನು ಬೇಡಿಕೊಳ್ಳುವುದಕ್ಕೆ ಆತನು ಈ ಮಾತಿನಿಂದ ನಮ್ಮನ್ನು ನಯಪಡಿಸಿ ಎಳೆದುಕೊಳ್ಳಲು ಪ್ರೀತಿಯಿಂದ ಚಿತ್ತವುಳ್ಳವನಾಗಿದ್ದಾನೆ.

ಕರ್ತನ ಪ್ರಾರ್ಥನೆಯಲ್ಲಿ ಮೊದಲನೆಯ ವಿಜ್ಞಾಪನೆ

ನಿನ್ನ ನಾಮವು ಪರಿಶುದ್ಧವೆಂದು ಎಣಿಸಲ್ಪಡಲಿ.

ಈ ವಿಜ್ಞಾಪನೆಯ ಅರ್ಥವೇನು? ಉತ್ತರ: ದೇವರ ನಾಮವು ತನ್ನಲ್ಲಿ ತಾನೇ ಪರಿಶುದ್ಧವಾದ ನಾಮವಾಗಿದೆ. ಆದರೆ ಅದು ನಮ್ಮಲ್ಲಿಯೂ ಪರಿಶುದ್ಧವಾಗಬೇಕೆಂದು ಈ ವಿಜ್ಞಾಪನೆಯಲ್ಲಿ ಬೇಡಿಕೊಳ್ಳುತ್ತೇವೆ.

ದೇವರ ನಾಮವು ನಮ್ಮಲ್ಲಿ ಹೇಗೆ? ಯಾವಾಗ? ಪರಿಶುದ್ಧವಾಗುವುದು? ಉತ್ತರ: ದೇವರ ವಾಕ್ಯವು ತಪ್ಪಿಲ್ಲದೆ ನಮ್ಮಲ್ಲಿ ಶುದ್ಧವಾಗಿ ಬೋಧಿಸಲ್ಪಟ್ಟು, ನಾವು ಅದರ ಪ್ರಕಾರ ದೇವರ ಮಕ್ಕಳಿಗೆ ತಕ್ಕಂತೆ ಜ್ಞಾನಮಾರ್ಗದಲ್ಲಿ ನಡೆದರೆ, ಆತನ ನಾಮವು ನಮ್ಮಲ್ಲಿ ಪರಿಶುದ್ಧವಾಗುವುದು. ದಯೆಯುಳ್ಳ ಪರಮ ತಂದೆಯೇ, ನಾವು ಹೀಗೆ ಮಾಡುವಂತೆ ನಮಗೆ ಸಹಾಯಮಾಡು. ಆದರೆ ದೇವರವಾಕ್ಯಕ್ಕೆ ವಿರೋಧವಾಗಿ ಬೋಧಿಸುವವನೂ ನಡೆಯುವವನೂ ಯಾವನೋ ಅವನು ದೇವರ ನಾಮವನ್ನು

ಪರಿಶುದ್ಧಮಾಡದೆ ದೂಷಣೆ ಮಾಡುತ್ತಾನೆ. ದೇವರೇ ಹೀಗೆ ನಿನ್ನ ನಾಮವನ್ನು ದೂಷಣೆ ಮಾಡದಂತೆ ನಮ್ಮನ್ನು ಸಂರಕ್ಷಿಸು.

ಎರಡನೆಯ ವಿಜ್ಞಾಪನೆ

ನಿನ್ನ ರಾಜ್ಯವು ಬರಲಿ

ಈ ವಿಜ್ಞಾಪನೆಯ ಅರ್ಥವೇನು? *ಉತ್ತರ:* ದೇವರರಾಜ್ಯವು ನಮ್ಮ ಪ್ರಾರ್ಥನೆ, ವಿಜ್ಞಾಪನೆಯು ಇಲ್ಲದೆಯೇ ಬರುವುದು. ಆದರೆ ಅದು ನಮ್ಮಲ್ಲಿಯೂ ಬರಬೇಕೆಂದು ಈ ವಿಜ್ಞಾಪನೆಯಲ್ಲಿ ಬೇಡಿಕೊಳ್ಳುತ್ತೇವೆ.

ದೇವರ ರಾಜ್ಯವು ನಮ್ಮಲ್ಲಿ ಯಾವಾಗ ಬರುತ್ತದೆ? *ಉತ್ತರ:* ನಾವು ದೇವರ ಕೃಪೆಯಿಂದ ಆತನ ಪರಿಶುದ್ಧ ವಾಕ್ಯವನ್ನು ನಂಬಿ, ಇಹದಲ್ಲಿಯೂ ಪರದಲ್ಲಿಯೂ ದೇವರಿಗೆ ಮೆಚ್ಚಿಕೆಯಾಗಿ ಜೀವಿಸಲು, ಪರಮ ತಂದೆಯು ತನ್ನ ಪರಿಶುದ್ಧಾತ್ಮನನ್ನು ನಮಗೆ ಅನುಗ್ರಹಿಸುವಾಗ ಆತನ ರಾಜ್ಯವು ನಮ್ಮಲ್ಲಿ ಬರುವುದು.

ಮೂರನೆಯ ವಿಜ್ಞಾಪನೆ

ನಿನ್ನ ಚಿತ್ತವು ಪರಲೋಕದಲ್ಲಿ ನೆರವೇರುವ ಪ್ರಕಾರ ಭೂಲೋಕದಲ್ಲಿಯೂ ನೆರವೇರಲಿ.

ಈ ವಿಜ್ಞಾಪನೆಯ ಅರ್ಥವೇನು? *ಉತ್ತರ:* ದೇವರ ಒಳ್ಳೆಯದೂ ಕೃಪೆಯೂ ಉಳ್ಳ ಪರಮ ಚಿತ್ತವು ನಮ್ಮ ಪ್ರಾರ್ಥನೆ ವಿಜ್ಞಾಪನೆಗಳಿಲ್ಲದೆಯೇ ನೆರವೇರುತ್ತದೆ. ಆದರೆ ಅದು ನಮ್ಮಲ್ಲಿಯೂ ನೆರವೇರಬೇಕೆಂದು ಈ ವಿಜ್ಞಾಪನೆಯಲ್ಲಿ ಬೇಡಿಕೊಳ್ಳುತ್ತೇವೆ.

ದೇವರ ಚಿತ್ತವು ನಮ್ಮಲ್ಲಿ ನೆರವೇರುವುದು ಹೇಗೆ? *ಉತ್ತರ:* ದೇವರು, ತನ್ನ ನಾಮವು ಪರಿಶುದ್ಧವಾಗುವುದಕ್ಕೂ ತನ್ನ ರಾಜ್ಯವು ಬರುವುದಕ್ಕೂ ಅಡ್ಡಿಯಾಗಿರುವ ಪಿಶಾಚನ (ದುಷ್ಟ ಶಕ್ತಿಯ) ದುರಾಲೋಚನೆಯನ್ನೂ ಚಿತ್ತವನ್ನೂ ನಾಶಮಾಡಿ, ನಮ್ಮನ್ನು ತನ್ನ ವಾಕ್ಯದಲ್ಲಿಯೂ ವಿಶ್ವಾಸದಲ್ಲಿಯೂ ಮರಣ ಪರಿಯಂತರ ದೃಢಪಡಿಸಿ ಕಾಪಾಡಿದರೆ, ಆತನ ಒಳ್ಳೆಯದೂ ಕೃಪೆಯೂ ಉಳ್ಳ ಪರಮ ಚಿತ್ತವು ನಮ್ಮಲ್ಲಿ ನೆರವೇರುವುದು.

ನಾಲ್ಕನೆಯ ವಿಜ್ಞಾಪನೆ

ನಮ್ಮ ಅನುದಿನದ ಆಹಾರವನ್ನು ಈ ಹೊತ್ತು ನಮಗೆ ದಯಪಾಲಿಸು.

ಈ ವಿಜ್ಞಾಪನೆಯ ಅರ್ಥವೇನು? *ಉತ್ತರ:* ದೇವರು ಸಕಲ ಮನುಷ್ಯರಿಗೂ, ಕೆಟ್ಟವರಿಗೂ ಸಹ, ಅನುದಿನವೂ ಬೇಕಾದ ಆಹಾರವನ್ನು ನಮ್ಮ ವಿಜ್ಞಾಪನೆ ಇಲ್ಲದೆಯೇ ಅನುಗ್ರಹಿಸುತ್ತಾ ಇದ್ದಾನೆ. ಆದರೆ ನಾವು ದಿನಂಪ್ರತಿ ಆಹಾರವನ್ನು ದೇವರು ನಮಗೆ ಕೊಡುತ್ತಾನೆಂದು ತಿಳಿದುಕೊಳ್ಳುವಂತೆಯೂ ಅದನ್ನು ನಾವು ವಂದನಾಪೂರ್ವಕವಾಗಿ ಸ್ವೀಕರಿಸಿಕೊಳ್ಳುವಂತೆಯೂ ನಮಗೆ ಬುದ್ಧಿಯನ್ನು ದಯಪಾಲಿಸಬೇಕೆಂದು ಈ ವಿಜ್ಞಾಪನೆಯಲ್ಲಿ ಬೇಡಿಕೊಳ್ಳುತ್ತೇವೆ.

ಅನುದಿನದ ಆಹಾರ ಎಂದರೇನು? *ಉತ್ತರ:* ಅನ್ನಪಾನ, ಬಟ್ಟೆ, ಮನೆಮಠ, ಭೂಮಿ, ದನಕುರಿ, ಹಣ ಮೊದಲಾದ ವಸ್ತುಗಳು, ಭಯಭಕ್ತಿಯುಳ್ಳ ಸಂಸಾರ, ಮಕ್ಕಳು, ಸೇವಕರು, ಉತ್ತಮರೂ ಸತ್ಯವಂತರೂ ಆದ ಅಧಿಕಾರಿಗಳು, ಒಳ್ಳೇ ಆಡಳಿತ, ಒಳ್ಳೇ ವಾತಾವರಣ, ಸಮಾಧಾನ, ಆರೋಗ್ಯ, ಒಳ್ಳೆಯ ನಡತೆ, ಮರ್ಯಾದೆ, ಒಳ್ಳೆಯ ಸ್ನೇಹಿತರು, ನಂಬಿಕೆಯುಳ್ಳ ನೆರೆಹೊರೆಯವರು ಮುಂತಾದ ಈ ಜೀವನದ ಸಂರಕ್ಷಣೆಗೆ ಬೇಕಾಗಿರುವವುಗಳೆಲ್ಲಾ ನಮ್ಮ ಅನುದಿನದ ಆಹಾರವೆಂದು ಹೇಳಲ್ಪಡುತ್ತವೆ.

ಐದನೆಯ ವಿಜ್ಞಾಪನೆ

ನಮಗೆ ತಪ್ಪುಮಾಡಿದವರನ್ನು ನಾವು ಕ್ಷಮಿಸುವಂತೆ ನಮ್ಮ ತಪ್ಪುಗಳನ್ನು ನಮಗೆ ಕ್ಷಮಿಸು.

ಈ ವಿಜ್ಞಾಪನೆಯ ಅರ್ಥವೇನು? *ಉತ್ತರ:* ಪರಲೋಕದಲ್ಲಿರುವ ತಂದೆಯು ನಮ್ಮ ಪಾಪಗಳನ್ನು ನೋಡದೆಯೂ ಅವುಗಳ ಸಲುವಾಗಿ ನಮ್ಮ ಪ್ರಾರ್ಥನೆಗಳನ್ನು ಅಲಕ್ಷ್ಯಮಾಡದೆಯೂ ಪಾಪಕ್ಷಮಾಪನೆಯನ್ನು ಕೃಪೆಯಾಗಿ ಕೊಡಬೇಕೆಂದು ಈ ವಿಜ್ಞಾಪನೆಯಲ್ಲಿ ಬೇಡಿಕೊಳ್ಳುತ್ತೇವೆ. ಏಕೆಂದರೆ ನಾವು ಕೇಳುವ ವಿಜ್ಞಾಪನೆಗಳಲ್ಲಿ ಯಾವುದಕ್ಕೂ ಪಾತ್ರರಾಗದೆಯೂ ಅದಕ್ಕೆ ಪಾತ್ರವಾದ ಕಾರ್ಯಗಳನ್ನು ಮಾಡದೆಯೂ ಅನುದಿನವೂ ಬಹಳ ಪಾಪಗಳನ್ನು ಮಾಡಿ, ಆಜ್ಞೆಗೆ ಮಾತ್ರ ಪಾತ್ರರಾಗಿದ್ದೇವೆ. ಆದ್ದರಿಂದ ನಾವು ನಮಗೆ ಕೇಡುಮಾಡುವವರನ್ನು ಪೂರ್ಣ ಮನಸ್ಸಿನಿಂದ ಮನ್ನಿಸಿ, ಸಂತೋಷದಿಂದ ಅವರಿಗೆ ಒಳ್ಳೆಯದನ್ನು ಮಾಡಲು ಸಿದ್ಧರಾಗಿರಬೇಕು.

ಆರನೆಯ ವಿಜ್ಞಾಪನೆ

ನಮ್ಮನ್ನು ಶೋಧನೆಯೊಳಗೆ ಸೇರಿಸದಿರು.

ಈ ವಿಜ್ಞಾಪನೆಯ ಅರ್ಥವೇನು? *ಉತ್ತರ:* ದೇವರು ಯಾರನ್ನೂ ಶೋಧಿಸುವುದಿಲ್ಲ. ಆದರೆ ಸೈತಾನ, ಲೋಕ, ಶರೀರ ಎಂಬವುಗಳು ಅವಿಶ್ವಾಸ, ಅಪನಂಬಿಕೆ ಮೊದಲಾದ ಘೋರ ಪಾಪದೋಷಗಳಲ್ಲಿಯೂ ದುರ್ಮಾರ್ಗಗಳಲ್ಲಿಯೂ ನಮ್ಮನ್ನು ಒಳಪಡಿಸಿ ಮೋಸಮಾಡದಂತೆಯೂ, ನಾವು ಅವುಗಳಿಂದ ಶೋಧಿಸಲ್ಪಟ್ಟರೂ ಸೋತುಹೋಗದೆ ಕಡೆಯಲ್ಲಿ ಅವುಗಳನ್ನು ಜಯಿಸುವಂತೆಯೂ, ಆತನು ನಮ್ಮನ್ನು ಕಾಪಾಡಿ ನಡೆಸಬೇಕೆಂದು ಈ ವಿಜ್ಞಾಪನೆಯಲ್ಲಿ ಬೇಡಿಕೊಳ್ಳುತ್ತೇವೆ.

ಏಳನೆಯ ವಿಜ್ಞಾಪನೆ

ಕೇಡಿನಿಂದ (ಕೆಡುಕನ ಕೈಯಿಂದ) ನಮ್ಮನ್ನು ತಪ್ಪಿಸು.

ಈ ವಿಜ್ಞಾಪನೆಯ ಅರ್ಥವೇನು? *ಉತ್ತರ:* ಪರಲೋಕವಲ್ಲಿರುವ ತಂದೆಯು ನಮ್ಮ ಆತ್ಮ ಮತ್ತು ಶರೀರಕ್ಕೆ ಅವಶ್ಯವಾದ ಎಲ್ಲವುಗಳಿಗೂ ಗೌರವಕ್ಕೂ ಹಾನಿಯುಂಟು ಮಾಡುವ ಎಲ್ಲಾ ಕೇಡುಗಳಿಂದ ನಮ್ಮನ್ನು ರಕ್ಷಿಸಿ ನಾವು ಸಾಯುವ ಸಮಯದಲ್ಲಿ ನಮಗೆ ಉತ್ತಮವಾದ ಮರಣವನ್ನು ಕೊಟ್ಟು ದುಃಖಕಣಿವೆಯಾದ ಈ ಲೋಕದಿಂದ ಪರಲೋಕಕ್ಕೆ ತನ್ನ ಬಳಿಗೆ ನಮ್ಮನ್ನು ಕೃಪೆಮಾಡಿ ಕರೆದುಕೊಳ್ಳಬೇಕೆಂದು ಎಲ್ಲದ್ದಕ್ಕೂ ಒಟ್ಟಾಗಿ ಈ ವಿಜ್ಞಾಪನೆಯಲ್ಲಿ ಬೇಡಿಕೊಳ್ಳುತ್ತೇವೆ.

ಕರ್ತನ ಪ್ರಾರ್ಥನೆಯ ಮುಕ್ತಾಯವೇನು?

ಯಾಕೆಂದರೆ ರಾಜ್ಯವೂ ಬಲವೂ ಮಹಿಮೆಯೂ ಎಂದೆಂದಿಗೂ ನಿನ್ನವೇ, ಆಮೆನ್.

ಆಮೆನ್ ಎಂಬ ಮಾತಿಗೆ ಅರ್ಥವೇನು? *ಉತ್ತರ:* ಈ ವಿಜ್ಞಾಪನೆಗಳು ಪರಲೋಕದಲ್ಲಿರುವ ತಂದೆಗೆ ಅಂಗೀಕಾರವಾದವುಗಳೆಂದೂ ಆತನು ಅವುಗಳನ್ನು ಕೇಳಿಕೊಡುತ್ತಾನೆಂದೂ, ನಾವು ನಿಶ್ಚಯಿಸಿಕೊಳ್ಳಲು ಆಮೆನ್ ಎಂಬ ಮಾತನ್ನು ಹೇಳುತ್ತೇವೆ. ಏಕೆಂದರೆ ನಾವು ಹೀಗೆ ಪ್ರಾರ್ಥಿಸಲು ಆತನು ತಾನೇ ನಮಗೆ ಆಜ್ಞಾಪಿಸಿ ನಮ್ಮ ವಿಜ್ಞಾಪನೆಯನ್ನು ಕೇಳಿ ದಯಪಾಲಿಸುವೆನೆಂದು ವಾಗ್ದಾನ ಮಾಡಿದ್ದಾನೆ. ಆಮೆನ್, ಆಮೆನ್ ಎಂಬುವುದು ನಿಜವಾಗಿಯೂ ಹಾಗೆಯೇ ಆಗುವುದು ಎಂಬ ಅರ್ಥ ಕೊಡುತ್ತದೆ.

IV

ಪರಿಶುದ್ಧ ದೀಕ್ಷಾಸ್ನಾನ ಸಂಸ್ಕಾರ

ಕುಟುಂಬದ ಯಜಮಾನ ತನ್ನ ಕುಟುಂಬದವರಿಗೆ ಪರಿಶುದ್ಧ ದೀಕ್ಷಾಸ್ನಾನದ ಕುರಿತು ಸರಳವಾಗಿ ತಿಳಿಸಿಕೊಡುವುದು ಹೇಗೆ?

ಒಂದು

ದೀಕ್ಷಾಸ್ನಾನ ಎಂಬುವುದು ಏನು? *ಉತ್ತರ:* ದೀಕ್ಷಾಸ್ನಾನವು ಬರೀ ನೀರಾಗಿರದೆ, ಅದು ದೇವರ ಕಟ್ಟಳೆಯಿಂದ ಸ್ಥಾಪಿಸಲ್ಪಟ್ಟದ್ದೂ, ಆತನ ವಾಕ್ಯದೊಡನೆ ಕೂಡಿದ್ದೂ ಆದ ನೀರಾಗಿದೆ.

ದೇವರು ಕೊಟ್ಟ ಆ ಕಟ್ಟಳೆ ಯಾವುದು? *ಉತ್ತರ:* ಪರಿಶುದ್ಧ ಮತ್ತಾಯನು ಬರೆದ ಸುವಾರ್ತೆಯ ಕೊನೆಯ ಅಧ್ಯಾಯದಲ್ಲಿ ಕರ್ತನಾದ ಯೇಸುಕ್ರಿಸ್ತನು ಕೊಟ್ಟ ಆ ಕಟ್ಟಳೆಯು ಯಾವುದೆಂದರೆ:

> "ನೀವು ಹೊರಟುಹೋಗಿ ಎಲ್ಲಾ ದೇಶಗಳ ಜನರನ್ನೂ ಶಿಷ್ಯರಾಗಿ ಮಾಡಿರಿ. ಅವರಿಗೆ ತಂದೆಯ, ಮಗನ, ಪವಿತ್ರಾತ್ಮನ ಹೆಸರಿನಲ್ಲಿ ದೀಕ್ಷಾಸ್ನಾನ ಮಾಡಿಸಿರಿ" (ಮತ್ತಾಯ 28:19).

ಎರಡು

ದೀಕ್ಷಾಸ್ನಾನದಿಂದ ಉಂಟಾಗುವ ಪ್ರಯೋಜನವೇನು? *ಉತ್ತರ:* ದೇವರು ದೀಕ್ಷಾಸ್ನಾನಕ್ಕಾಗಿ ಆಜ್ಞಾಪಿಸಿದ ವಾಕ್ಯ ಮತ್ತು ಕೊಟ್ಟ ವಾಗ್ದಾನಗಳನ್ನು ನಂಬುವವರಿಗೆಲ್ಲಾ ದೀಕ್ಷಾಸ್ನಾನವು ಪಾಪಗಳ ಕ್ಷಮಾಪಣೆಯನ್ನು ನೀಡಿ ಮರಣ ಮತ್ತು ಪಿಶಾಚನ ಬಂಧನದಿಂದ ಬಿಡಿಸಿ ನಿತ್ಯಜೀವವನ್ನು ಕೊಡುತ್ತದೆ.

ದೇವರು ಆಜ್ಞಾಪಿಸಿದ ಆ ವಾಕ್ಯವೂ ಆತನು ಕೊಟ್ಟ ವಾಗ್ದಾನವೂ ಯಾವುದು?
ಉತ್ತರ: ಪರಿಶುದ್ಧ ಮಾರ್ಕನು ಬರೆದ ಸುವಾರ್ತೆಯ ಕೊನೆಯ ಅಧ್ಯಾಯದಲ್ಲಿ ನಮ್ಮ ಕರ್ತನಾದ ಯೇಸುಕ್ರಿಸ್ತನು ಆಜ್ಞಾಪಿಸಿದ್ದೇನೆಂದರೆ:

> "ನಂಬಿ ದೀಕ್ಷಾಸ್ನಾನ ಮಾಡಿಸಿಕೊಳ್ಳುವವನು ರಕ್ಷಣೆ ಹೊಂದುವನು; ನಂಬದೆ ಹೋಗುವವನು ದಂಡನೆಗೆ ಗುರಿಯಾಗುವನು" (ಮಾರ್ಕ 16:16).

ಮೂರು

ಇಷ್ಟು ಉತ್ತಮವಾದ ಪ್ರಯೋಜನಗಳು ನೀರಿನಿಂದ ಉಂಟಾಗುವುದು ಹೇಗೆ?
ಉತ್ತರ: ಈ ಪ್ರಯೋಜನಗಳು ಎಂದೂ ನೀರಿನಿಂದ ಉಂಟಾಗುವುದಿಲ್ಲ. ನೀರಿನಲ್ಲಿಯೂ ನೀರಿನೊಡನೆಯೂ ಕೂಡಿದ ದೇವರವಾಕ್ಯದಿಂದಲೇ. ದೇವರವಾಕ್ಯವು ಈ ಉತ್ತಮವಾದ ಪ್ರಯೋಜನಗಳನ್ನು ದೀಕ್ಷಾಸ್ನಾನಕ್ಕೆ ಕೊಡುತ್ತದೆ. ನೀರಿನೊಡನೆ ಕೂಡಿದ ದೇವರವಾಕ್ಯವನ್ನು ನಂಬುವ ನಂಬಿಕೆಯೇ ಈ ಉತ್ತಮವಾದ ಪ್ರಯೋಜನಗಳನ್ನು ದೀಕ್ಷಾಸ್ನಾನದಿಂದ ಉಂಟುಮಾಡಿ ಇವುಗಳನ್ನು ನಮಗೆ ಸ್ವಂತವಾಗಿ ಮಾಡುತ್ತದೆ. ದೇವರವಾಕ್ಯದಿಂದಲ್ಲದ ನೀರು ದೀಕ್ಷಾಸ್ನಾನವಾಗಿರದೆ ಬರೀ ನೀರಾಗಿರುತ್ತದೆ. ಆದರೆ ದೇವರವಾಕ್ಯದೊಡನೆ ಕೂಡಿದ ನೀರು ದೀಕ್ಷಾಸ್ನಾನವಾಗಿದೆ. ಅಂದರೆ ಅದು ಕೃಪೆಯುಳ್ಳ ಜೀವಜಲವೂ ಪರಿಶುದ್ಧಾತ್ಮನು ನಡೆಸುವ ಪುನರ್ಜನ್ಮ ಸ್ನಾನವೂ ಆಗಿದೆ. ಪೌಲನು ತೀತನಿಗೆ ಬರೆದ ಪತ್ರಿಕೆಯ 3ನೇ ಅಧ್ಯಾಯದ ನಾಲ್ಕರಿಂದ ಏಳನೆಯ ವಚನದವರೆಗೆ ಇದರ ಕುರಿತು ತಿಳಿಸಲಾಗಿದೆ.

> "ಆದರೆ ನಮ್ಮ ರಕ್ಷಕನಾದ ದೇವರ ದಯೆಯೂ ಜನೋಪಕಾರವೂ ಪ್ರತ್ಯಕ್ಷವಾದಾಗ ನಾವು ಮಾಡಿದ ಪುಣ್ಯಕ್ರಿಯೆಗಳ ನಿಮಿತ್ತವಿಂದಲ್ಲ, ಆತನ ಕರುಣೆಯಿಂದಲೇ ಪುನರ್ಜನ್ಮವನ್ನು ಸೂಚಿಸುವ ಸ್ನಾನದ ಮೂಲಕವಾಗಿಯೂ ಪವಿತ್ರಾತ್ಮನು ನಮ್ಮಲ್ಲಿ ನೂತನ ಸ್ವಭಾವವನ್ನು ಉಂಟುಮಾಡುವುದರ ಮೂಲಕವಾಗಿಯೂ ಆತನು ನಮ್ಮನ್ನು ರಕ್ಷಿಸಿದನು. ನಾವು ನಮ್ಮ ರಕ್ಷಕನಾದ ಯೇಸುಕ್ರಿಸ್ತನ ಕೃಪೆಯಿಂದ ನೀತಿವಂತರೆಂದು ನಿರ್ಣಯಿಸಲ್ಪಟ್ಟು ನಿತ್ಯಜೀವದ ನಿರೀಕ್ಷೆಯನ್ನು ಪಡೆದು ಅದಕ್ಕೆ ಬಾಧ್ಯರಾಗುವಂತೆ ದೇವರು ಆತನ ಮೂಲಕ ಪವಿತ್ರಾತ್ಮನನ್ನು ನಮ್ಮ ಮೇಲೆ ಸಮೃದ್ಧಿಯಾಗಿ ಸುರಿಸಿದನು. ಇದು ನಂಬತಕ್ಕ ಮಾತಾಗಿದೆ" (ತೀತ 3:4-7).

ನಾಲ್ಕು

ಹೀಗೆ ನೀರಿನಿಂದ ದೀಕ್ಷಾಸ್ನಾನ ಮಾಡಿಸುವುದರ ಜ್ಞಾನಾರ್ಥವೇನು? *ಉತ್ತರ:* ನಮ್ಮಲ್ಲಿ ಇನ್ನೂ ಉಳಿದಿರುವ ನಮ್ಮ ಹಳೆಯ ಆದಾಮನು ಸಕಲ ಪಾಪಗಳೊಡನೆಯೂ ಕೆಟ್ಟ ಇಚ್ಛೆಗಳೊಡನೆಯೂ ಅನುದಿನದ ಪಶ್ಚಾತ್ತಾಪದಿಂದಲೂ ದೇವರ ಕಡೆಗೆ ತಿರುಗುವುದರಿಂದಲೂ ಮುಳುಗಿಸಲ್ಪಟ್ಟು ಸತ್ತು, ದೇವರ ದೃಷ್ಟಿಯಲ್ಲಿ ನೀತಿಯಲ್ಲಿಯೂ ನಿಷ್ಕಳಂಕದಲ್ಲಿಯೂ ಸದಾ ಬದುಕುವ ಹೊಸ ಮನುಷ್ಯನು ನಮ್ಮಲ್ಲಿ ತಿರುಗಿ ಅನುದಿನವು ಹುಟ್ಟಿ ಎದ್ದೇಳಬೇಕು ಎಂಬುವುದೇ ಇದರ ಅರ್ಥ.

ಇದು ಎಲ್ಲಿ ಬರೆದಿರುತ್ತದೆ? *ಉತ್ತರ:* ಪೌಲನು ರೋಮಾಪುರದವರಿಗೆ ಬರೆದ ಪತ್ರಿಕೆಯ 6ನೇ ಅಧ್ಯಾಯದ 4ನೇ ವಚನದಲ್ಲಿ ಹೀಗೆ ನುಡಿದಿದ್ದಾನೆ:

> **"ಹೀಗಿರಲಾಗಿ ನಾವು ದೀಕ್ಷಾಸ್ನಾನ ಮಾಡಿಸಿಕೊಂಡಾಗ ಆತನ ಮರಣದಲ್ಲಿ ಪಾಲುಗಾರರಾಗಿ ಆತನೊಂದಿಗೆ ಹೂಣಲ್ಪಟ್ಟೆವು. ಆದುದರಿಂದ ಕ್ರಿಸ್ತನು ಸತ್ತು ತಂದೆಯ ಮಹಿಮೆಯಿಂದ ಜೀವಿತನಾಗಿ ಎಬ್ಬಿಸಲ್ಪಟ್ಟಂತೆಯೇ ನಾವು ಕೂಡ ಜೀವದಿಂದೆದ್ದು ಹೊಸಬರಾಗಿ ನಡೆದುಕೊಳ್ಳಬೇಕು"** (ರೋಮಾಪುರ 6:4).

V

ಪಾಪದರಿಕೆ

ಸಾಮಾನ್ಯರಿಗೆ ಯಾವ ರೀತಿಯಲ್ಲಿ ಮಾರ್ಗದರ್ಶನ ನೀಡುವುದು?

ಪಾಪದ ಅರಿಕೆ ಅಂದರೇನು? *ಉತ್ತರ:* ಪಾಪದ ಅರಿಕೆಯಲ್ಲಿ ಎರಡು ಕಾರ್ಯಗಳುಂಟು: ಪಾಪಗಳನ್ನು ಅರಿಕೆಮಾಡುವುದು ಒಂದು; ದೇವಸೇವಕರು ತಿಳಿಸುವ ಪಾಪಕ್ಷಮಾಪಣೆ ಎರಡನೆಯದು. ನಾವು ನಮ್ಮ ಪಾಪಗಳನ್ನು ಅರಿಕೆಮಾಡಿದ ಮೇಲೆ ದೇವಸೇವಕರು ತಿಳಿಸುವ ಪಾಪಕ್ಷಮಾಪಣೆಯಿಂದ ಪಾಪಗಳು ಪರಲೋಕದಲ್ಲಿ ದೇವರ ಮುಂದೆ ಮನ್ನಿಸಲ್ಪಟ್ಟಿರುತ್ತದೆಂದು ಸಂದೇಹಪಡದೆ ನಂಬಿ, ಅದನ್ನು ಪರಮಾತ್ಮನಿಂದ ಹೊಂದುವ ಪಾಪಕ್ಷಮಾಪಣೆಯಾಗಿ ಅಂಗೀಕರಿಸಿಕೊಳ್ಳುವುದು ಮತ್ತೊಂದು.

ನಾವು ಯಾವ ಪಾಪಗಳನ್ನು ಅರಿಕೆ ಮಾಡಬೇಕು? *ಉತ್ತರ:* ಕರ್ತನ ಪ್ರಾರ್ಥನೆಯ ಐದನೆಯ ವಿಜ್ಞಾಪನೆಯಲ್ಲಿ ಮಾಡುವಂತೆ ನಾವು ದೇವರ ಮುಂದೆ ಒಟ್ಟಾಗಿ ಎಲ್ಲಾ ಪಾಪಗಳಿಂದಲೂ ನಮ್ಮ ಬುದ್ಧಿಗೆ ಮರೆಯಾದ ಪಾಪಗಳಿಂದಲೂ ಕೂಡ ದಂಡನೆಗೆ ಗುರಿಯಾದವರೆಂದು ಅರಿಕೆ ಮಾಡಬೇಕು. ಆದರೆ ದೇವಸೇವಕರ ಮುಂದೆ ನಮಗೆ ತಿಳಿದ ಪಾಪಗಳನ್ನೂ ನಮ್ಮ ಹೃದಯಗಳಲ್ಲಿ ಹೊಳೆಯುವ ಪಾಪಗಳನ್ನೂ ಮಾತ್ರ ಅರಿಕೆ ಮಾಡಬೇಕು.

ನಮ್ಮ ಪಾಪಗಳ ಅರುಹನ್ನು ಹುಟ್ಟಿಸುವ ವಿಷಯದಲ್ಲಿ ನಮ್ಮ ಜ್ಞಾನೋಪದೇಶವು ಬೋಧಿಸುವುದೇನು? *ಉತ್ತರ:* ಪ್ರತಿಯೊಬ್ಬನೂ ತನ್ನ ಸ್ಥಿತಿಗತಿಯನ್ನು ನೋಡಿ ಹತ್ತು ಕಟ್ಟಳೆಗಳ ಪ್ರಕಾರವಾಗಿ ತನ್ನನ್ನು ಶೋಧಿಸಿ ತಿಳಿಯಬೇಕು. ಅಂದರೆ ನಾನು ತಂದೆ, ತಾಯಿ, ಮಗನು, ಮಗಳು, ಯಜಮಾನ, ಯಜಮಾನಿ, ಇಲ್ಲವೇ ಸೇವಕನಾಗಿದ್ದೇನೋ? ನಾನು ಅವಿಧೇಯನಾಗಿ ನಡೆದೆನೋ? ಅಪನಂಬಿಗಸ್ತನಾಗಿ ನಡೆದೆನೋ? ಮೈಗಳ್ಳನಾಗಿ ಅಜಾಗ್ರತೆಯಿಂದ ನಡೆದೆನೋ? ನಾನು ಮಾತಿನಿಂದಾಗಲೀ ಕ್ರಿಯೆಯಿಂದಾಗಲಿ ಯಾರಿಗಾದರೂ ನೋವು, ಸಂಕಟ, ಹಾನಿ ಉಂಟುಮಾಡಿದೆನೋ? ನಾನು ಕಳ್ಳತನ ಮಾಡಿದೆನೋ,

ಅಲಕ್ಷ್ಯಮಾಡಿದೆನೋ ಏನಾದರೂ ಹಾಳುಮಾಡಿದೆನೋ ಅಥವಾ ಇನ್ನೇನಾದರೂ ಕೇಡುಮಾಡಿದೆನೋ ಎಂದು ಪ್ರತಿಯೊಬ್ಬರೂ ತಮ್ಮನ್ನು ತಾವೇ ಶೋಧಿಸಿ ತಿಳಿದುಕೊಳ್ಳಬೇಕು.

ಸಾಮಾನ್ಯರೂ ಅರಿಕೆ ಮಾಡಬಹುದಾದ ಸರಳ ಮತ್ತು ಸಾಧಾರಣ ಪಾಪ ಅರಿಕೆ

ನೀವು ದೇವರ ಸೇವಕರ ಬಳಿಯಲ್ಲಿ ಹೀಗೆ ಹೇಳಬೇಕು:

ದೇವಸೇವಕರೇ, ನೀವು ನನ್ನ ಪಾಪದರಿಕೆಯನ್ನು ಕೇಳಿ, ದೇವರ ನಿಮಿತ್ತವಾಗಿ ನನಗೆ ಪಾಪ ಕ್ಷಮಾಪಣೆಯನ್ನು ಪ್ರಕಟಿಸಿರಿ.

ಬಡಪಾಪಿಯಾದ ನಾನು, ಎಲ್ಲಾ ವಿಧವಾದ ಪಾಪಗಳನ್ನು ಮಾಡಿದ್ದೇನೆಂದು ದೇವರ ಮುಂದೆ ಅರಿಕೆ ಮಾಡುತ್ತೇನೆ; ನಾನು ಒಬ್ಬ ಸೇವಕ/ಕಿ ಯಾಗಿ ನನ್ನ ಯಜಮಾನ/ನಿಗೆ ನಂಬಿಗಸ್ತಿಕೆಯಿಂದ ಸೇವೆ ಮಾಡಲಿಲ್ಲ; ಅವರು ಹೇಳಿದ ಯಾವುದೇ ಕೆಲಸವನ್ನಾಗಲೀ ಪ್ರಾಮಾಣಿಕತೆಯಿಂದ ಮಾಡಲಿಲ್ಲ; ನನ್ನ ಈ ರೀತಿಯ ನಡವಳಿಕೆಯಿಂದ ಅವರಿಗೆ ಕೋಪಬರುವಂತೆ ಮಾಡಿ, ಅವರು ನನ್ನನ್ನು ಶಪಿಸುವಂತೆ ಪ್ರೇರೇಪಿಸಿದ್ದೇನೆ; ನಾನು ಅನೇಕ ಸಂಗತಿಗಳನ್ನುನಿರ್ಲಕ್ಷಿಸಿ ಅನೇಕ ಬಗೆಯ ನಷ್ಟವನ್ನು ಅವರಿಗೆ ಉಂಟುಮಾಡಿದ್ದೇನೆ. ನಾನು ನನ್ನ ಮಾತುಗಳಲ್ಲಿ ಮತ್ತು ಕಾರ್ಯಗಳಲ್ಲಿ ನಿರ್ಲಜ್ಜತೆಯಿಂದ ನಡೆದುಕೊಂಡಿದ್ದೇನೆ; ನಾನು ತಾಳ್ಮೆಕಳೆದುಕೊಂಡು ನನ್ನ ಜೊತೆಗಾರರೊಂದಿಗೆ ಜಗಳವಾಡಿದ್ದೇನೆ, ನನ್ನ ಯಜಮಾನನ ಕುಟುಂಬಸ್ಥರ ವಿರುದ್ಧ ಗುಣುಗುಟ್ಟಿದ್ದೇನೆ. ಇವೆಲ್ಲವುಗಳಿಗಾಗಿ ನಾನು ಕ್ಷಮೆಯನ್ನು ಕೇಳಿ, ದೇವರ ಕೃಪೆ ಕರುಣೆಗಾಗಿ ಬೇಡಿಕೊಳ್ಳುತ್ತೇನೆ. ನಾನು ಒಳ್ಳೆಯದನ್ನು ಮಾಡಲು ಬಯಸುತ್ತೇನೆ.

ಮನೆಯ ಯಜಮಾನ ಅಥವಾ ಯಜಮಾನಿ ಹೀಗೆ ಹೇಳಬಹುದು:

ನಾನು ನಂಬಿಗಸ್ತಿಕೆಯಿಂದ ನನ್ನ ಪತ್ನಿ, ಮಕ್ಕಳು ಮತ್ತು ಮನೆಯ ಎಲ್ಲಾ ಸೇವಕ/ಕಿಯರನ್ನು ದೇವರಿಗೆ ಮಹಿಮೆ ಬರುವ ಹಾಗೆ ಸರಿಯಾದ ರೀತಿಯಲ್ಲಿ ಶಿಕ್ಷಣ ನೀಡಲು, ತರಬೇತಿ ಕೊಡಲು ಶ್ರದ್ಧೆವಹಿಸದೆ ಹೋದದ್ದಕ್ಕಾಗಿ ನಿನ್ನಲ್ಲಿ ಕ್ಷಮೆಯನ್ನು ಬೇಡುತ್ತೇನೆ; ನಾನು ದೇವರ ಹೆಸರನ್ನು ತಪ್ಪಾಗಿ ಬಳಸಿದ್ದೇನೆ, ಶಪಿಸಿದ್ದೇನೆ; ನಾನು ಕೆಟ್ಟ ಪದಗಳನ್ನು ಬಳಸಿ ಮತ್ತು ಕೆಟ್ಟ ನಡವಳಿಕೆಯಿಂದ ಇತರರಿಗೆ ತಪ್ಪಾದ ಮಾದರಿಯನ್ನು ತೋರಿಸಿದ್ದೇನೆ; ನಾನು ನನ್ನ ನೆರೆಹೊರೆಯವರಿಗೆ ಅನೇಕ ರೀತಿಯಲ್ಲಿ

ತೊಂದರೆ ನೀಡಿ, ಅವರನ್ನು ಘಾಸಿಗೊಳಿಸಿ, ನಷ್ಟ ಉಂಟುಮಾಡಿದ್ದೇನೆ; ನಾನು ನನ್ನ ನೆರೆಯವರಿಗೆ ವಸ್ತುಗಳನ್ನು ಮಾರಾಟ ಮಾಡುವಾಗ ತಪ್ಪಾದ ಅಳತೆಯನ್ನು ಬಳಸಿ ಅನ್ಯಾಯ ಮಾಡಿದ್ದೇನೆ.

ದೇವರ ಆಜ್ಞೆಗಳಿಗೆ ವಿರೋಧವಾಗಿ ಪ್ರತಿಯೊಬ್ಬರೂ ತಮ್ಮ ತಮ್ಮ ಜವಾಬ್ದಾರಿಗಳಲ್ಲಿ ಮಾಡಿದ ತಪ್ಪು ಅಪರಾಧಗಳಿಗಾಗಿ ಕ್ಷಮೆಯನ್ನು ಕೇಳಿಕೊಳ್ಳಲಿ.

ಆದರೆ ಯಾರಿಗಾದರೂ ಮೇಲೆ ಹೇಳಿದಂತ ತಪ್ಪು ಅಪದಾಧ ಮಾಡಿದಂತೆ ಅನ್ನಿಸದಿದ್ದರೆ, ಅದಕ್ಕಾಗಿ ಆತಂಕ ಪಡುವ ಅವಶ್ಯವಿಲ್ಲ. ಅಥವಾ ಬೇರೆ ತಪ್ಪುಗಳನ್ನು ಹುಡುಕುವ, ಆಲೋಚಿಸುವ ಅವಶ್ಯವಿಲ್ಲ, ಹೀಗೆ ತಪ್ಪೊಪ್ಪಿಗೆ ಮಾಡುವುದು ನಿಮಗೆ ಚಿತ್ರಹಿಂಸೆಯಂತಾಗಬಾರದು, ಆದರೆ ನೀವು ಮಾಡಿದ ಯಾವುದಾದರೂ ತಪ್ಪು ಅಪರಾಧಗಳನ್ನು ಅರಿಕೆ ಮಾಡಿ ಕ್ಷಮಾಪಣೆ ಕೇಳಿಕೊಂಡರೆ ಸಾಕು. ಉದಾಹರಣೆಗೆ ನಾನು ಒಂದು ಸಾರಿ ದೇವರ ಹೆಸರನ್ನು ದೂಷಿಸಿದೆನು; ನಾನು ಕೆಟ್ಟ ಪದಗಳನ್ನು ಬಳಸಿ ಮಾತಾಡಿದ್ದೇನೆ; ನಾನು ಮಾಡಬೇಕಾದ ಕೆಲಸವನ್ನು ನಿರ್ಲಕ್ಷಿಸಿದೆನು ಇತ್ಯಾದಿ. ಒಟ್ಟಾರೆಯಾಗಿ ನೀನು ಮಾಡಿದ ತಪ್ಪುಗಳನ್ನು ಅರಿಕೆಮಾಡಿ ಕ್ಷಮೆಯನ್ನು ಕೇಳಿಕೊಳ್ಳುವುದರಿಂದ ನಿನ್ನ ಮನಸ್ಸಿಗೆ, ಆತ್ಮಕ್ಕೆ ಶಾಂತಿ ಸಮಾಧಾನವಾಗುತ್ತದೆ.

ಆದರೆ ಮೇಲೆ ತಿಳಿಸಿದ ಯಾವುದೇ ರೀತಿಯ ತಪ್ಪುಗಳನ್ನು ಮಾಡಿದ ಅರಿವು ನಿಮಗಾಗದಿದ್ದರೆ (ಪ್ರಾಯೋಗಿಕವಾಗಿ ಹಾಗೆ ತಪ್ಪೇ ಮಾಡದಿರುವ ಸಾಧ್ಯತೆಗಳಿಲ್ಲ), ನೀವು ಯಾವುದೇ ನಿರ್ದಿಷ್ಟ ತಪ್ಪನ್ನು ಉಲ್ಲೇಖಿಸದೆ, ಸಾಮಾನ್ಯವಾದ ಪಾಪದರಿಕೆಯನ್ನು ಸಭಾಪಾಲಕರ (ದೇವಸೇವಕರ) ಮುಂದೆ ದೇವರ ಸನ್ನಿಧಾನದಲ್ಲಿ ಮಾಡಿ ಕ್ಷಮಾಪಣೆಯನ್ನು ಹೊಂದಿಕೊಳ್ಳಬಹುದು.

ಆಗ ದೇವಸೇವಕರು ಹೀಗೆ ನುಡಿಯಬಹುದು:

ದಯಾಮಯನೂ ಕರುಣಾಸಾಗರನೂ ಆದ ದೇವರು ನಿನ್ನನ್ನು ಕರುಣಿಸಲಿ ಮತ್ತು ನಿನ್ನ ವಿಶ್ವಾಸವನ್ನು ಬಲಪಡಿಸಲಿ, ಆಮೆನ್.

ಆ ದೇವಸೇವಕರು ತನ್ನಲ್ಲಿ ಪಾಪದರಿಕೆ ಮಾಡಿವ ವ್ಯಕ್ತಿಯ ಬಳಿ:

ನಾನು ಹೇಳಿದ ಪಾಪ ಕ್ಷಮಾಪಣೆಯ ಮಾತು ಅದು ದೇವರ ಪಾಪಕ್ಷಮಾಪಣೆ ಎಂದು ನಂಬುತ್ತೀಯಾ? ಎಂದು ಕೇಳಬೇಕು.

ಉತ್ತರ : ಹೌದು ದೇವರಸೇವಕರೇ, ನಾನು ಅದನ್ನು ದೇವರ ಪಾಪಕ್ಷಮಾಪಣೆ ಎಂದು ನಂಬುತ್ತೇನೆ.

ಆಗ ಆ ದೇವಸೇವಕರು ತನ್ನಲ್ಲಿ ಪಾಪದರಿಕೆ ಮಾಡಿ ಪಾಪಕ್ಷಮಾಪಣೆ ಹೊಂದಿದ ವ್ಯಕ್ತಿಗೆ ಹೀಗೆ ಹೇಳಬೇಕು

ನೀನು ನಂಬಿದಂತೆಯೇ ನಿನಗಾಗಲಿ, ಕರ್ತನಾದ ಯೇಸುಕ್ರಿಸ್ತನ ಅಪ್ಪಣೆಯ ಮೇರೆಗೆ ನಾನು ನಿನ್ನ ತಪ್ಪು ಅಪರಾಧಗಳನ್ನು ತಂದೆ, ಮಗ ಮತ್ತು ಪವಿತ್ರಾತ್ಮನ ಹೆಸರಿನಲ್ಲಿ ಕ್ಷಮಿಸುತ್ತೇನೆ, ಆಮೆನ್. ಸಮಾಧಾನದಿಂದ ಹೋಗಿಬನ್ನಿ.

ಯಾರಿಗೆ ತಮ್ಮ ಪಾಪಗಳ ವಿಚಾರದಲ್ಲಿ ನಿಜವಾದ ಅರಿವು, ಪಾಪಪ್ರಜ್ಞೆ, ಮನಃಸಾಕ್ಷಿಯ ಮಾತು, ನೋವು, ಚಿಂತೆ, ನಿರಾಶೆಯಿದೆಯೋ ಅಂಥವರಿಗೆ ದೇವರವಾಕ್ಯಗಳ ಮೂಲಕ ಹೇಗೆ ಸಾಂತ್ವನ, ಆದರಣೆ ನೀಡಬೇಕೆಂಬುವುದು ದೇವರಸೇವಕರಿಗೆ ಚೆನ್ನಾಗಿ ತಿಳಿದಿರುತ್ತದೆ. ಇಲ್ಲಿ ಮೇಲೆ ತಿಳಿಸಲಾದ ಪಾಪದರಿಕೆಯ ಮಾದರಿಯು ಮಕ್ಕಳಿಗೂ ಜನಸಾಮಾನ್ಯರಿಗೂ ಸುಲಭವಾಗಿ ಅನುಸರಿಸಬಹುದಾಗಿದೆ.

VI

ಪರಿಶುದ್ಧ ಪೀಠದ ಸಂಸ್ಕಾರ ಅಥವಾ ಕರ್ತನ ರಾತ್ರಿ ಭೋಜನ

ಕುಟುಂಬದ ಯಜಮಾನ ತನ್ನ ಕುಟುಂಬದವರಿಗೆ ಕರ್ತನ ರಾತ್ರಿ ಭೋಜನದ ಕುರಿತು ಸರಳವಾಗಿ ತಿಳಿಸಿಕೊಡುವುದು ಹೇಗೆ?

ಪರಿಶುದ್ಧ ಪೀಠದ ಸಂಸ್ಕಾರ ಎಂದರೇನು? ಕರ್ತನ ರಾತ್ರಿ ಭೋಜನ ಎಂದರೇನು? *ಉತ್ತರ:* ಕರ್ತನ ರಾತ್ರಿ ಭೋಜನವು ನಮ್ಮ ಕರ್ತನಾದ ಯೇಸುಕ್ರಿಸ್ತನ ಅಪ್ಪಣೆಯಿಂದ ಕ್ರೈಸ್ತರಾದ ನಾವು ರೊಟ್ಟಿಯಲ್ಲಿಯೂ ದ್ರಾಕ್ಷಾರಸದಲ್ಲಿಯೂ ತಿಂದು ಕುಡಿಯುವ (ಪಾಲು ಹೊಂದುವ) ಆತನ ನಿಜವಾದ ಶರೀರವೂ ರಕ್ತವೂ ಆಗಿದೆ. ಈ ಸಂಸ್ಕಾರವನ್ನು ದೇವಾಲಯದ ಪೀಠದಲ್ಲಿ ಆಚರಿಸುವುದರಿಂದ ಇದನ್ನು ಪರಿಶುದ್ಧ ಪೀಠದ ಸಂಸ್ಕಾರವೆಂದೂ ಕರೆಯಲಾಗುವುದು.

ಕರ್ತನ ರಾತ್ರಿ ಭೋಜನದ ಕುರಿತು ಎಲ್ಲಿ ಬರೆಯಲ್ಪಟ್ಟಿದೆ? *ಉತ್ತರ:* ಕರ್ತನ ರಾತ್ರಿ ಭೋಜನದ ಕುರಿತು ಮತ್ತಾಯ (ಮತ್ತಾಯ 26:26), ಮಾರ್ಕ (ಮಾರ್ಕ 14:22), ಲೂಕ (ಲೂಕ 22:19) ಎಂಬ ಸೌವಾರ್ತಿಕರು ಬರೆದ ಸುವಾರ್ತೆಗಳಲ್ಲೂ, ಪರಿಶುದ್ಧ ಪೌಲನು ಕೊರಿಂಥದವರಿಗೆ ಬರೆದ ಮೊದಲನೇ ಪತ್ರಿಕೆಯಲ್ಲಿಯೂ (1 ಕೊರಿಂಥ 11:23) ಬರೆದಿದೆ. ಅದು ಏನೆಂದರೆ:

> ಕರ್ತನಾದ ಯೇಸು ತಾನು ಹಿಡಿದುಕೊಡಲ್ಪಟ್ಟ ರಾತ್ರಿಯಲ್ಲಿ ರೊಟ್ಟಿಯನ್ನು ತೆಗೆದುಕೊಂಡು, ದೇವರ ಸ್ತೋತ್ರಮಾಡಿ ಮುರಿದು ಶಿಷ್ಯರಿಗೆ ಕೊಟ್ಟು – "ತಕ್ಕೊಳ್ಳಿರಿ, ತಿನ್ನಿರಿ; ಇದು ನಿಮಗೋಸ್ಕರವಾಗಿರುವ ನನ್ನ ದೇಹ. ನನ್ನನ್ನು ನೆನಸಿಕೊಳ್ಳುವುದಕ್ಕೋಸ್ಕರ ಹೀಗೆ ಮಾಡಿರಿ" ಅಂದನು. ಊಟವಾದ ಮೇಲೆ ಆತನು ಅದೇ ರೀತಿಯಾಗಿ ಪಾತ್ರೆಯನ್ನು ತೆಗೆದುಕೊಂಡು ಸ್ತೋತ್ರಮಾಡಿ ಅವರಿಗೆ ಕೊಟ್ಟು "ಇದರಲ್ಲಿರುವುದನ್ನು ಎಲ್ಲರೂ ಕುಡಿಯಿರಿ. ಈ ಪಾತ್ರೆಯು ಪಾಪಗಳ ಕ್ಷಮೆಗಾಗಿ

> ನಿಮಗೋಸ್ಕರ ಸುರಿಸಲ್ಪಡುವ ನನ್ನ ರಕ್ತದಿಂದ ಸ್ಥಾಪಿತವಾಗುವ ಹೊಸ ಒಡಂಬಡಿಕೆ. ನೀವು ಇದರಲ್ಲಿ ಪಾನಮಾಡುವಾಗೆಲ್ಲಾ ನನ್ನನ್ನು ನೆನಸಿಕೊಳ್ಳುವುದಕ್ಕೋಸ್ಕರ ಪಾನಮಾಡಿರಿ" ಅಂದನು.

ಹೀಗೆ ತಿಂದು ಕುಡಿಯುವುದರಿಂದ ಪ್ರಯೋಜನವೇನು? *ಉತ್ತರ:* "ಪಾಪಕ್ಷಮೆಗಾಗಿ ನಿಮಗೋಸ್ಕರ ಕೊಟ್ಟಿರುವುದೆಂದೂ, ಸುರಿಸಲ್ಪಡುವುದೆಂದೂ" ಹೇಳಿರುವ ಮಾತುಗಳೇ ಇದರ ಪ್ರಯೋಜನವನ್ನು ಹೊರಪಡಿಸುತ್ತವೆ. ಅಂದರೆ, ಸಂಸ್ಕಾರದಲ್ಲಿ ಪಾಪಕ್ಷಮೆಯೂ, ಜೀವವೂ ಮೋಕ್ಷವೂ ಈ ಮಾತುಗಳಿಂದ ನಮಗೆ ಕೊಡಲ್ಪಡುತ್ತವೆ. ಏಕೆಂದರೆ ಪಾಪಕ್ಷಮೆಯು ಎಲ್ಲಿದೆಯೋ ಅಲ್ಲಿ ಜೀವವೂ ಮೋಕ್ಷವೂ ಇರುವುದು.

ಶಾರೀರಿಕ ತಿಂದು ಕುಡಿಯುವಿಕೆಯು ಇಷ್ಟು ಹೆಚ್ಚು ಪ್ರಯೋಜನಗಳನ್ನು ಉಂಟುಮಾಡುವುದು ಹೇಗೆ? *ಉತ್ತರ:* ಶಾರೀರಿಕ ತಿಂದು ಕುಡಿಯುವಿಕೆಯು ಇವುಗಳನ್ನು ಉಂಟುಮಾಡುವುದಿಲ್ಲ. ಇದು ಪಾಪಕ್ಷಮೆಗಾಗಿ ನಿಮಗೋಸ್ಕರ ಕೊಟ್ಟಿರುವ ನನ್ನ ದೇಹವೆಂದೂ ಸುರಿಸಲ್ಪಟ್ಟ ನನ್ನ ರಕ್ತವೆಂದೂ ಹೇಳುವ ಕರ್ತನಾದ ಯೇಸುವಿನ ಮಾತುಗಳೇ ಇವುಗಳನ್ನು ಉಂಟುಮಾಡುವುದು. ಶಾರೀರಿಕ ತಿಂದು ಕುಡಿಯುವುದರ ಜೊತೆಗೆ ಈ ಮಾತುಗಳು ಈ ಸಂಸ್ಕಾರದಲ್ಲಿ ಮುಖ್ಯವಾದವುಗಳಾಗಿವೆ. ಈ ಮಾತುಗಳನ್ನು ನಂಬುವವನು ಇವುಗಳಲ್ಲಿ ಹೇಳಿ ಪ್ರಕಟಿಸಿರುವ ಪಾಪಕ್ಷಮೆಯನ್ನು ಹೊಂದುವನು.

ಈ ಪವಿತ್ರ ಸಂಸ್ಕಾರವನ್ನು ಸರಿಯಾದ ರೀತಿಯಲ್ಲಿ ಸದುಪಯೋಗ ಪಡಿಸಿಕೊಳ್ಳುವವರು ಯಾರು? *ಉತ್ತರ:* ವೈಯಕ್ತಿಕ ಉಪವಾಸ ಮತ್ತು ದೇಹದಂಡನೆಯು ಸೊಗಸಾದ ಕ್ರಮವೇ ಸರಿ. ಆದರೆ ಇದು ಪಾಪಕ್ಷಮೆಗಾಗಿ ನಿಮಗೋಸ್ಕರ ಕೊಟ್ಟಿರುವುದೆಂದೂ, ಸುರಿಸಲ್ಪಡುವುದೆಂದೂ ಹೇಳುವ ಮಾತುಗಳನ್ನು ನಂಬುವವನೇ ಇದಕ್ಕೆ ಸರಿಯಾದ ಯೋಗ್ಯತೆಯೂ ಸಿದ್ಧತೆಯೂ ಉಳ್ಳವನಾಗಿದ್ದಾನೆ.

ಈ ಮಾತುಗಳನ್ನು ನಂಬದವನೂ ಸಂದೇಹಪಡುವವನೂ ಇದಕ್ಕೆ ಅಪಾತ್ರನೂ ಅಸಿದ್ಧನೂ ಆಗಿರುತ್ತಾನೆ. ಏಕೆಂದರೆ "ನಿಮಗೋಸ್ಕರ" ಎಂಬ ಮಾತಿಗೆ ಪೂರ್ಣ ನಂಬಿಕೆಯುಳ್ಳ ಹೃದಯವೇ ಅವಶ್ಯ.

ಪ್ರತಿದಿನದ ಪ್ರಾರ್ಥನೆಗಳು

ಕುಟುಂಬದ ಯಜಮಾನ ತನ್ನ ಕುಟುಂಬ ಸದಸ್ಯರಿಗೆ ಮಾದರಿಯಾಗಿ ಮನೆಯಲ್ಲಿ ಕಲಿಸಿ ಅಭ್ಯಾಸಿಸಬೇಕಾದ ಪ್ರಾರ್ಥನೆಗಳು

ಬೆಳಗಿನ ಪ್ರಾರ್ಥನೆ

ಬೆಳಿಗ್ಗೆ ನಿದ್ರೆಯಿಂದ ಎಚ್ಚತ್ತ ಮೇಲೆ ಶಿಲುಬೆಯ ಸಂಕೇತವನ್ನು † ಕೈಯಲ್ಲಿ ಮಾಡಿ ಹೀಗೆ ಹೇಳಬೇಕು :

ದೇವರಾದ ತಂದೆ, ಮಗ, ಪರಿಶುದ್ಧಾತ್ಮನು ನನ್ನನ್ನು ಆಶೀರ್ವದಿಸಿ ಕಾಪಾಡಲಿ, ಆಮೆನ್.

ಆನಂತರ ಮೊಣಕಾಲೂರಿಕೊಂಡು ಇಲ್ಲವೇ ನಿಂತುಕೊಂಡು ವಿಶ್ವಾಸದರಿಕೆ ಮತ್ತು ಕರ್ತನ ಪ್ರಾರ್ಥನೆಯನ್ನು ಹೇಳುವುದು, ನೀವು ಬಯಸಿದರೆ ಮುಂದಿನ ಚಿಕ್ಕ ಪ್ರಾರ್ಥನೆಯನ್ನು ಸಹ ಮಾಡಬಹುದು.

ವಿಶ್ವಾಸ ಅರಿಕೆ:

ಪರಲೋಕ ಭೂಲೋಕಗಳನ್ನು ಸೃಷ್ಟಿಸಿದ ಸರ್ವಶಕ್ತನಾಗಿರುವ ತಂದೆಯಾದ ದೇವರನ್ನು ನಂಬುತ್ತೇನೆ.

ಆತನ ಏಕಕುಮಾರನಾಗಿರುವ ನಮ್ಮ ಪ್ರಭುವಾದ ಯೇಸುಕ್ರಿಸ್ತನನ್ನು ನಂಬುತ್ತೇನೆ. ಈತನು ಪರಿಶುದ್ಧಾತ್ಮನಿಂದ ಕನ್ಯಾಮರಿಯಳ ಗರ್ಭದಲ್ಲಿ ಧರಿಸಲ್ಪಟ್ಟು ಆಕೆಯಲ್ಲಿ ಹುಟ್ಟಿ ಪೊಂತಿಪಿಲಾತನ ಆಧಿಪತ್ಯದಲ್ಲಿ ಶ್ರಮೆಹೊಂದಿ ಶಿಲುಬೆಗೆ ಜಡಿಯಲ್ಪಟ್ಟು, ಸತ್ತು, ಹೂಣಲ್ಪಟ್ಟು, ಪಾತಾಳಕ್ಕಿಳಿದು ಮೂರನೇ ದಿನದಲ್ಲಿ ಸತ್ತವರೊಳಗಿಂದ ಎದ್ದು, ಪರಲೋಕಕ್ಕೆ ಏರಿಹೋಗಿ ಸರ್ವಶಕ್ತನಾಗಿರುವ ತಂದೆಯಾದ ದೇವರ ಬಲಪಾರ್ಶ್ವದಲ್ಲಿ ಕುಳಿತುಕೊಂಡಿರುತ್ತಾನೆ. ಈತನು ಅಲ್ಲಿಂದ ಬಂದು ಬದುಕುವವರಿಗೂ ಸತ್ತವರಿಗೂ ನ್ಯಾಯ ತೀರಿಸುವನು ಎಂದು ನಂಬುತ್ತೇನೆ.

ಪರಿಶುದ್ಧಾತ್ಮನನ್ನು ನಂಬುತ್ತೇನೆ. ಒಂದೇ ಪರಿಶುದ್ಧ ಕ್ರೈಸ್ತ ಸಭೆಯೂ ಭಕ್ತರ ಅನ್ಯೋನ್ಯತೆಯೂ ಪಾಪದ ಪರಿಹಾರವೂ ದೇಹದ ಪುನರುತ್ಥಾನವೂ ನಿತ್ಯಜೀವವೂ ಉಂಟೆಂದು ನಂಬುತ್ತೇನೆ, ಆಮೆನ್.

ಪ್ರಾರ್ಥನೆ:

ಪರಲೋಕದ ನನ್ನ ತಂದೆಯೇ, ನೀನು ಕಳೆದ ರಾತ್ರಿಯೆಲ್ಲಾ ನನ್ನನ್ನು ಯಾವ ಕೇಡು ಗಂಡಾಂತರವೂ ವಿಘ್ನವೂ ಇಲ್ಲದಂತೆ ಕಾಪಾಡಿದ ನಿನ್ನ ಪ್ರೀತಿ, ಕೃಪೆಗಾಗಿ, ನಿನ್ನ ಪ್ರಿಯ ಕುಮಾರನಾದ ಯೇಸುಕ್ರಿಸ್ತನ ಮೂಲಕ ನಿನಗೆ ಸ್ತೋತ್ರ ಸಲ್ಲಿಸುತ್ತೇನೆ. ದೇವರೇ ಈ ದಿನವೆಲ್ಲಾ ಸಕಲ ಪಾಪಗಳಿಂದಲೂ ಕೇಡುಕುಗಳಿಂದಲೂ ನನ್ನನ್ನು ಕಾಪಾಡು. ನನ್ನ ಯೋಚನೆ, ಮಾತು, ನಡತೆಗಳೆಲ್ಲಾ ನಿನಗೆ ಮೆಚ್ಚಿಕೆಯಾಗಿರುವಂತೆಯೂ ನಾನು ಮಾಡಬೇಕಾದ ಸೇವೆಯನ್ನು ಲವಲವಿಕೆಯಿಂದ ಮಾಡಿ ಮುಗಿಸುವಂತೆಯೂ ಕೃಪೆಮಾಡು. ನನ್ನ ಆತ್ಮ, ಶರೀರ ಮೊದಲಾದವುಗಳನ್ನೂ ಕ್ರಿಸ್ತನ ಸಭೆಯನ್ನೂ, ಅದನ್ನು ವೃದ್ಧಿಮಾಡುವ ಕೆಲಸಗಳನ್ನೂ ನಿನ್ನ ಕೈಗೆ ಒಪ್ಪಿಸುತ್ತೇನೆ. ದುಷ್ಟನಾದ ಶತ್ರುವು ನನ್ನ ಮೇಲೆ ಜಯಹೊಂದದಂತೆ ನಿನ್ನ ಪರಿಶುದ್ಧದೂತರು ನನ್ನೊಡನೆ ಇರುವ ಹಾಗೆ ಮಾಡಿ ನಿನ್ನ ಆತ್ಮನ ಮೂಲಕ ನನ್ನನ್ನು ನಿತ್ಯಜೀವದ ಹಾದಿಯಲ್ಲಿ ನಡಿಸು ಸ್ವಾಮಿ, ಆಮೆನ್.

ಕರ್ತನ ಪ್ರಾರ್ಥನೆ:

ಪರಲೋಕದಲ್ಲಿರುವ ನಮ್ಮ ತಂದೆಯೇ, ನಿನ್ನ ನಾಮವು ಪರಿಶುದ್ಧವೆಂದು ಎಣಿಸಲ್ಪಡಲಿ; ನಿನ್ನ ರಾಜ್ಯವು ಬರಲಿ; ನಿನ್ನ ಚಿತ್ತವು ಪರಲೋಕದಲ್ಲಿ ನೆರವೇರುವ ಪ್ರಕಾರ ಭೂಲೋಕದಲ್ಲಿಯೂ ನೆರವೇರಲಿ; ನಮ್ಮ ಅನುದಿನದ ಆಹಾರವನ್ನು ಈಹೊತ್ತೂ ದಯಪಾಲಿಸು; ನಮಗೆ ತಪ್ಪು ಮಾಡಿದವರನ್ನು ನಾವು ಕ್ಷಮಿಸಿದಂತೆ ನಮ್ಮ ತಪ್ಪುಗಳನ್ನೂ ಕ್ಷಮಿಸು; ನಮ್ಮನ್ನು ಶೋಧನೆಯೊಳಗೆ ಸೇರಿಸದೆ ಕೇಡಿನಿಂದ ನಮ್ಮನ್ನು ತಪ್ಪಿಸು; ಏಕಂದರೆ ರಾಜ್ಯವೂ ಬಲವೂ ಮಹಿಮೆಯೂ ಎಂದೆಂದಿಗೂ ನಿನ್ನವೇ, ಆಮೆನ್.

ಗಮನಿಸತಕ್ಕದ್ದು:

ಪ್ರಾರ್ಥನೆಯ ನಂತರ ನಿನಗೆ ಸಾಧ್ಯವಾದರೆ ಒಂದು ಕೀರ್ತನೆಯನ್ನು ಅಥವಾ ಹತ್ತು ಕಟ್ಟಳೆಗಳು ಅಡಗಿರುವ ಜ್ಞಾನಕೀರ್ತನೆಯನ್ನು ಅಥವಾ ನಿನ್ನನ್ನು ಉತ್ಸಾಹಿಸುವಂಥ ಯಾವುದಾದರೂ ಒಂದು ಸಂಗೀತವನ್ನು ಹಾಡಿ ದೇವರನ್ನು ಸ್ತುತಿಸುತ್ತಾ ಸಂತೋಷದಿಂದಲೂ ಹರ್ಷಚಿತ್ತದಿಂದಲೂ ಜಾಗ್ರತೆಯಿಂದಲೂ ನಿನ್ನ ಕೆಲಸಕಾರ್ಯಗಳಲ್ಲಿ ಮಗ್ನನಾಗು.

ರಾತ್ರಿಯ ಪ್ರಾರ್ಥನೆ

ರಾತ್ರಿಯಲ್ಲಿ ನೀನು ಮಲಗುವ ಮುನ್ನ, ನಿನ್ನ ಹಾಸಿಗೆಯಲ್ಲಿ, ಶಿಲುಬೆಯ ಸಂಕೇತವನ್ನು ✝ ಕೈಯಲ್ಲಿ ಮಾಡಿ ಹೀಗೆ ಹೇಳಿಕೊಳ್ಳಬೇಕು:

ದೇವರಾದ ತಂದೆ, ಮಗ, ಪವಿತ್ರಾತ್ಮನು ನನ್ನನ್ನು ಆಶೀರ್ವದಿಸಿ ಕಾಪಾಡಲಿ, ಆಮೆನ್.

ಆನಂತರ ಮೊಣಕಾಲೂರಿ ಅಥವಾ ನಿಂತುಕೊಂಡು ವಿಶ್ವಾಸದ ಅರಿಕೆಯನ್ನು ಮತ್ತು ಕರ್ತನ ಪ್ರಾರ್ಥನೆಯನ್ನು ಹೇಳಬೇಕು. ಇದರ ಜೊತೆಗೆ ನೀನು ಬಯಸಿದರೆ ಈ ಕೆಳಗಿನ ಚಿಕ್ಕ ಪ್ರಾರ್ಥನೆಯನ್ನು ಹೇಳಬಹುದು :

ವಿಶ್ವಾಸ ಅರಿಕೆ:

ಪರಲೋಕ ಭೂಲೋಕಗಳನ್ನು ಸೃಷ್ಟಿಸಿದ ಸರ್ವಶಕ್ತನಾಗಿರುವ ತಂದೆಯಾದ ದೇವರನ್ನು ನಂಬುತ್ತೇನೆ.

ಆತನ ಏಕಕುಮಾರನಾಗಿರುವ ನಮ್ಮ ಪ್ರಭುವಾದ ಯೇಸುಕ್ರಿಸ್ತನನ್ನು ನಂಬುತ್ತೇನೆ. ಈತನು ಪರಿಶುದ್ಧಾತ್ಮನಿಂದ ಕನ್ಯಾಮರಿಯಳ ಗರ್ಭದಲ್ಲಿ ಧರಿಸಲ್ಪಟ್ಟು ಆಕೆಯಲ್ಲಿ ಹುಟ್ಟಿ ಪೊಂತಿಪಿಲಾತನ ಆಧಿಪತ್ಯದಲ್ಲಿ ಶ್ರಮೆಹೊಂದಿ ಶಿಲುಬೆಗೆ ಜಡಿಯಲ್ಪಟ್ಟು, ಸತ್ತು, ಹೂಣಲ್ಪಟ್ಟು, ಪಾತಾಳಕ್ಕಿಳಿದು ಮೂರನೇ ದಿನದಲ್ಲಿ ಸತ್ತವರೊಳಗಿಂದ ಎದ್ದು, ಪರಲೋಕಕ್ಕೆ ಏರಿಹೋಗಿ ಸರ್ವಶಕ್ತನಾಗಿರುವ ತಂದೆಯಾದ ದೇವರ ಬಲಪಾರ್ಶ್ವದಲ್ಲಿ ಕುಳಿತುಕೊಂಡಿರುತ್ತಾನೆ. ಈತನು ಅಲ್ಲಿಂದ ಬಂದು ಬದುಕುವವರಿಗೂ ಸತ್ತವರಿಗೂ ನ್ಯಾಯ ತೀರಿಸುವನು ಎಂದು ನಂಬುತ್ತೇನೆ.

ಪರಿಶುದ್ಧಾತ್ಮನನ್ನು ನಂಬುತ್ತೇನೆ. ಒಂದೇ ಪರಿಶುದ್ಧ ಕ್ರೈಸ್ತ ಸಭೆಯೂ ಭಕ್ತರ ಅನ್ಯೋನ್ಯತೆಯೂ ಪಾಪದ ಪರಿಹಾರವೂ ದೇಹದ ಪುನರುತ್ಥಾನವೂ ನಿತ್ಯಜೀವವೂ ಉಂಟೆಂದು ನಂಬುತ್ತೇನೆ, ಆಮೆನ್.

ಪ್ರಾರ್ಥನೆ:

ನನ್ನ ಪರಮತಂದೆಯೇ, ನೀನು ನನ್ನನ್ನು ಈ ದಿನವೆಲ್ಲಾ ಕೇಡೂ ವಿಘ್ನವೂ ಇಲ್ಲದಂತೆ ಕಾಪಾಡಿದ ಕೃಪೆಗಾಗಿ ನಿನ್ನ ಪ್ರಿಯ ಕುಮಾರನಾದ ಯೇಸುಕ್ರಿಸ್ತನ ಮೂಲಕ ನಿನಗೆ ಸ್ತೋತ್ರ ಸಲ್ಲಿಸುತ್ತೇನೆ. ದೇವರೇ, ನನ್ನ ಪಾಪಗಳೆಲ್ಲವನ್ನೂ ಯೇಸುಕ್ರಿಸ್ತನ ನಿಮಿತ್ತ ಕ್ಷಮಿಸಿ ನನ್ನನ್ನು

ಈ ರಾತ್ರಿಯೂ ಕೃಪೆಯಿಂದ ಕಾಪಾಡು. ನನ್ನ ಆತ್ಮ, ಶರೀರ ಮೊದಲಾದವುಗಳನ್ನು, ಕ್ರಿಸ್ತನ ಸಭೆ ಮತ್ತು ಅದನ್ನು ಅಭಿವೃದ್ಧಿ ಮಾಡುವ ಕೆಲಸಗಳನ್ನೂ ನಿನ್ನ ಕೈಗೆ ಒಪ್ಪಿಸುತ್ತೇನೆ. ಈ ರಾತ್ರಿಯಲ್ಲಿ ಸೈತಾನ ಮೊದಲಾದ ಶತ್ರುಗಳು ನನ್ನನ್ನು ಮೋಸಮಾಡದಂತೆ, ನಿನ್ನ ಪರಿಶುದ್ಧ ದೂತರನ್ನು ನನಗೆ ಕಾವಲಾಗಿ ಇಟ್ಟು, ಒಳ್ಳೆ ನಿದ್ರೆಯನ್ನು ಕೊಟ್ಟು, ನಿನಗೆ ಸ್ತೋತ್ರಮಾಡಲು ನನ್ನನ್ನು ಬೆಳಿಗ್ಗೆ ಸುಖದೊಡನೆ ಎಬ್ಬಿಸು, ಸ್ವಾಮಿ, ಆಮೆನ್.

ಕರ್ತನ ಪ್ರಾರ್ಥನೆ:

ಪರಲೋಕದಲ್ಲಿರುವ ನಮ್ಮ ತಂದೆಯೇ, ನಿನ್ನ ನಾಮವು ಪರಿಶುದ್ಧವೆಂದು ಎಣಿಸಲ್ಪಡಲಿ; ನಿನ್ನ ರಾಜ್ಯವು ಬರಲಿ; ನಿನ್ನ ಚಿತ್ತವು ಪರಲೋಕದಲ್ಲಿ ನೆರವೇರುವ ಪ್ರಕಾರ ಭೂಲೋಕದಲ್ಲಿಯೂ ನೆರವೇರಲಿ; ನಮ್ಮ ಅನುದಿನದ ಆಹಾರವನ್ನು ಈ ಹೊತ್ತೂ ದಯಪಾಲಿಸು; ನಮಗೆ ತಪ್ಪು ಮಾಡಿದವರನ್ನು ನಾವು ಕ್ಷಮಿಸಿದಂತೆ ನಮ್ಮ ತಪ್ಪುಗಳನ್ನೂ ಕ್ಷಮಿಸು; ನಮ್ಮನ್ನು ಶೋಧನೆಯೊಳಗೆ ಸೇರಿಸದೆ ಕೇಡಿನಿಂದ ನಮ್ಮನ್ನು ತಪ್ಪಿಸು; ಏಕಂದರೆ ರಾಜ್ಯವೂ ಬಲವೂ ಮಹಿಮೆಯೂ ಎಂದೆಂದಿಗೂ ನಿನ್ನವೇ, ಆಮೆನ್.

ನಂತರ ನಿಶ್ಚಿಂತೆಯಿಂದ, ಸಂತೋಷದಿಂದ, ನೆಮ್ಮದಿಯಿಂದ, ಸಮಾಧಾನದಿಂದ ನಿದ್ರೆ ಮಾಡು.

ಕುಟುಂಬದ ಯಜಮಾನ ಕುಟುಂಬದ ಸದಸ್ಯರಿಗೆ ಊಟದ ಮೇಜಿನಲ್ಲಿ ಕುಳಿತು ದೇವರ ಆಶೀರ್ವಾದ ಬೇಡಿ ದೇವರಿಗೆ ಸ್ತೋತ್ರ ಮಾಡುವುದನ್ನು ಕಲಿಸಿಕೊಡುವುದು.

ಭೋಜನಕ್ಕೆ ಮೊದಲು ಹೇಳುವ ಪ್ರಾರ್ಥನೆ

ಮಕ್ಕಳ ಮತ್ತು ಸೇವಕರು ಊಟದ ಮೇಜಿನಲ್ಲಿ ಕೈಗಳನ್ನು ಜೋಡಿಸಿ, ಪ್ರಾರ್ಥನಾಪೂರ್ವಕವಾಗಿ ಹೀಗೆ ಹೇಳಬೇಕು:

ಯೆಹೋವನೇ, ಎಲ್ಲಾ ಜೀವಿಗಳ ಕಣ್ಣುಗಳು ನಿನ್ನನ್ನೇ ನೋಡುತ್ತವೆ; ನೀನು ಅವುಗಳಿಗೆ ಹೊತ್ತು ಹೊತ್ತಿಗೆ ಆಹಾರಕೊಡುತ್ತೀ; ನೀನು ಕೈದೆರೆದು ಎಲ್ಲಾ ಜೀವಿಗಳ ಇಷ್ಟವನ್ನೂ ನೆರವೇರಿಸುತ್ತೀ.

ಸೂಚನೆ : "ಎಲ್ಲಾ ಜೀವಿಗಳ ಇಷ್ಟವನ್ನು ನೆರವೇರಿಸುತ್ತೀ" ಅಂದರೆ ದೇವರು ಭೂಮಿಯ ಮೇಲಿರುವ ಎಲ್ಲಾ ವಿಧವಾದ ಪ್ರಾಣಿಪಕ್ಷಿ, ಕ್ರಿಮಿಕೀಟ, ಮನುಷ್ಯ ಎಲ್ಲರಿಗೂ ಅವಶ್ಯವಾದ ಆಹಾರ, ನೀರು, ಗಾಳಿ ಎಲ್ಲವನ್ನೂ ಯಥೇಚ್ಛವಾಗಿ ಅನುಗ್ರಹಿಸುತ್ತಾನೆ. ಆದ್ದರಿಂದ ಅವುಗಳಿಗೆ ಸಂತೋಷ, ತೃಪ್ತಿ ಸಿಗುತ್ತದೆ. ಆದರೆ ದುರಾಸೆ ಮತ್ತು ಹಣದಾಶೆಯುಳ್ಳವರಿಗೆ ಅತೃಪ್ತಿ, ಅಸಂತೋಷ ಉಂಟಾಗುತ್ತದೆ.

ನಂತರ ಕರ್ತನ ಪ್ರಾರ್ಥನೆಯನ್ನೂ ಮುಂದೆ ಬರುವ ಪ್ರಾರ್ಥನೆಯನ್ನೂ ಹೇಳುವುದು:

ಪರಮ ತಂದೆಯಾದ ದೇವರೇ, ನೀನು ನಮ್ಮನ್ನೂ ನಾವು ನಿನ್ನ ದಯೆಯುಳ್ಳ ಕೈಯಿಂದ ತೆಗೆದುಕೊಂಡು ಅನುಭವಿಸುವ ಈ ನಿನ್ನ ವರಗಳನ್ನೂ, ನಮ್ಮ ಕರ್ತನಾದ ಯೇಸುಕ್ರಿಸ್ತನ ಮೂಲಕ ಆಶೀರ್ವದಿಸು ಸ್ವಾಮಿ, ಆಮೆನ್.

ಕರ್ತನ ಪ್ರಾರ್ಥನೆ:

ಪರಲೋಕದಲ್ಲಿರುವ ನಮ್ಮ ತಂದೆಯೇ, ನಿನ್ನ ನಾಮವು ಪರಿಶುದ್ಧವೆಂದು ಎಣಿಸಲ್ಪಡಲಿ; ನಿನ್ನ ರಾಜ್ಯವು ಬರಲಿ; ನಿನ್ನ ಚಿತ್ತವು ಪರಲೋಕದಲ್ಲಿ ನೆರವೇರುವ ಪ್ರಕಾರ ಭೂಲೋಕದಲ್ಲಿಯೂ ನೆರವೇರಲಿ; ನಮ್ಮ ಅನುದಿನದ ಆಹಾರವನ್ನು ಈಹೊತ್ತೂ ದಯಪಾಲಿಸು; ನಮಗೆ ತಪ್ಪು ಮಾಡಿದವರನ್ನು ನಾವು ಕ್ಷಮಿಸಿದಂತೆ ನಮ್ಮ ತಪ್ಪುಗಳನ್ನೂ ಕ್ಷಮಿಸು; ನಮ್ಮನ್ನು ಶೋಧನೆಯೊಳಗೆ ಸೇರಿಸದೆ ಕೇಡಿನಿಂದ ನಮ್ಮನ್ನು ತಪ್ಪಿಸು; ಏಕಂದರೆ ರಾಜ್ಯವೂ ಬಲವೂ ಮಹಿಮೆಯೂ ಎಂದೆಂದಿಗೂ ನಿನ್ನವೇ, ಆಮೆನ್.

ಅಥವಾ

ಮಹಾ ಕೃಪೆಯುಳ್ಳ ಪರಮಾತ್ಮನೇ, ನೀನು ನಮಗೆ ಹುಟ್ಟಿದಂದಿನಿಂದ ಈ ದಿವಸದವರೆಗೂ ಮಾಡುತ್ತಾ ಬಂದ ಎಲ್ಲಾ ಒಳ್ಳೆಯವುಗಳಿಗಾಗಿಯೂ ಈವಾಗ ನಮ್ಮನ್ನು ತೃಪ್ತಿಪಡಿಸಿದ ಉಪಕಾರಕ್ಕಾಗಿಯೂ ನಿನಗೆ ಸ್ತೋತ್ರ ಸಲ್ಲಿಸುತ್ತೇವೆ. ಈಗ ನಾವು ಸೇವಿಸಿದ ಭೋಜನದ ಮೂಲಕ ನಮಗೆ ಉಂಟಾಗುವ ಬಲವನ್ನೆಲ್ಲಾ ನಿನ್ನ ಸೇವೆಗೆಂದು ಉಪಯೋಗಿಸಲು ನಿನ್ನ ಪರಿಶುದ್ಧಾತ್ಮನಿಂದ ನಮಗೆ ಒತ್ತಾಸೆ ಮಾಡಿ, ಇನ್ನು ಮುಂದೆಯೂ ನಮ್ಮನ್ನು ಕೃಪೆಯಿಂದ ಕಾಪಾಡಿ ಕ್ರಿಸ್ತಯೇಸುವಿನಲ್ಲಿ ನಮ್ಮನ್ನು ಯಾವಾಗಲೂ ಆಶೀರ್ವದಿಸು ಸ್ವಾಮಿ, ಆಮೆನ್.

ವೈಯಕ್ತಿಕವಾಗಿ ಪ್ರತಿ ವಿಶ್ವಾಸಿಗಾಗಿ ಪ್ರಾರ್ಥನೆ

ಕೃತಜ್ಞತಾ ಪ್ರಾರ್ಥನೆ

ಹಾಗೆಯೇ ಊಟದ ನಂತರ ಅವರು ಕೈಗಳನ್ನು ಜೋಡಿಸಿ ಕೃತಜ್ಞತೆಯ ಭಾವದಿಂದ ಹೀಗೆ ಪ್ರಾರ್ಥಿಸುವುದು:

> ಯೆಹೋವನಿಗೆ ಕೃತಜ್ಞತಾ ಸ್ತುತಿ ಮಾಡಿರಿ; ಆತನು ಒಳ್ಳೆಯವನು. ಆತನ ಕೃಪೆಯು ಶಾಶ್ವತವಾದದ್ದು. ಆತನು ಎಲ್ಲಾ ಜೀವಿಗಳಿಗೂ ಆಹಾರವನ್ನು ದಯಪಾಲಿಸುತ್ತಾನೆ; ಆತನು ಸಕಲ ಮೃಗಗಳಿಗೂ ಕಾಗೆ ಮೊದಲಾದ ಪಕ್ಷಿಗಳಿಗೂ ಆಹಾರವನ್ನು ನೀಡುತ್ತಾನೆ. ಆತನು ಅಶ್ವಬಲದ ಮೇಲಾಗಲೀ ಮನುಷ್ಯರ ಕಾಲುಗಳ ಬಲದ ಮೇಲಾಗಲೀ ಸಂತೋಷಿಸುವುದಿಲ್ಲ. ಯಾರು ಆತನಿಗೆ ಭಯಪಟ್ಟು ಆತನ ಕೃಪೆಯಲ್ಲೇ ಭರವಸವಿಡುತ್ತಾರೋ ಅಂಥವರಲ್ಲಿ ಆತನು ಸಂತೋಷಿಸುತ್ತಾನೆ.

ಆಮೇಲೆ ಕರ್ತನ ಪ್ರಾರ್ಥನೆ ಮತ್ತು ಮುಂದೆ ಬರುವ ಪ್ರಾರ್ಥನೆಯನ್ನು ಹೇಳುವುದು:

> ಸರ್ವಶಕ್ತ ದೇವರೇ, ನಮ್ಮ ತಂದೆಯೇ ನಿನ್ನ ಎಲ್ಲಾ ಉಪಕಾರಗಳಿಗಾಗಿ ನಮ್ಮ ಕರ್ತನು ಸದಾಕಾಲವೂ ಜೀವಿಸುವಾತನೂ ಆದ ಯೇಸುಕ್ರಿಸ್ತನ ಹೆಸರಿನಲ್ಲಿ ಕೃತಜ್ಞತೆಯನ್ನು ಸಲ್ಲಿಸುತ್ತೇನೆ, ಆಮೆನ್.

ಗೃಹ ಕಟ್ಟಳೆಗಳು

ಸಭೆ, ಕುಟುಂಬ ಮತ್ತು ಸಮಾಜದಲ್ಲಿ ಬೇರೆ ಬೇರೆ ಜವಾಬ್ದಾರಿ
ಹೊತ್ತವರಿಗಾಗಿ ದೇವರವಾಕ್ಯಗಳು ಮತ್ತು ಪ್ರಾರ್ಥನೆಗಳು

ಸಭಾಧ್ಯಕ್ಷರು, ಸಭಾ ಆಡಳಿತ ಪದಾಧಿಕಾರಿಗಳು, ಸಭಾಪಾಲಕರು ಮತ್ತು ಉಪದೇಶಿಗಳಿಗಾಗಿ

ಸಭಾಧ್ಯಕ್ಷನು ದೋಷಾರೋಪಣೆಯಿಲ್ಲದವನೂ ಏಕಪತ್ನಿವ್ರತಸ್ಥನೂ ಮದ್ಯಪಾನ ಮಾಡದವನೂ ಜಿತೇಂದ್ರಿಯನೂ ಮಾನಸ್ಥನೂ ಅತಿಥಿ ಸತ್ಕಾರ ಮಾಡುವವನೂ ಬೋಧಿಸುವುದರಲ್ಲಿ ಪ್ರವೀಣನೂ ಆಗಿರಬೇಕು. ಅವನು ಕುಡಿದು ಜಗಳವಾಡುವವನೂ ಹೊಡೆದಾಡುವವನೂ ಆಗಿರಬಾರದು; ಸಾತ್ವಿಕನೂ ದ್ರವ್ಯಾಶೆಯಿಲ್ಲದವನೂ ಆಗಿರಬೇಕು. ಪೂರ್ಣ ಗೌರವದಿಂದ ತನ್ನ ಮಕ್ಕಳನ್ನು ಅಧೀನದಲ್ಲಿಟ್ಟುಕೊಂಡು ಸ್ವಂತಮನೆಯವರನ್ನು ಚೆನ್ನಾಗಿ ಆಳುವವನಾಗಿರಬೇಕು, ಅವನು ಹೊಸದಾಗಿ ಸಭೆಯಲ್ಲಿ ಸೇರಿದವನಾಗಿರಬಾರದು (1 ತಿಮೊಥೆ 3:2-4, 6). ತಾನು ಸ್ವಸ್ಥ ಬೋಧನೆಯಿಂದ ಜನರನ್ನು ಎಚ್ಚರಿಸುವುದಕ್ಕೂ ಎದುರಿಸುವವರ ಬಾಯಿಕಟ್ಟುವುದಕ್ಕೂ ಶಕ್ತನಾಗಿರುವಂತೆ, ಕ್ರಿಸ್ತ ಬೋಧನಾನುಸಾರವಾದ ನಂಬತಕ್ಕ ವಾಕ್ಯವನ್ನು ದೃಢವಾಗಿ ಹಿಡಿದುಕೊಂಡವನಾಗಿರಬೇಕು (ತೀತ 1:9).

ಬೋಧಕರಿಂದ ದೇವರ ವಾಕ್ಯೋಪದೇಶವನ್ನು ಕೇಳುವ ಸಭೆಯವರ ಜವಾಬ್ದಾರಿ

ಅವರು ಕೊಡುವಂಥಾದ್ದನ್ನು ಊಟಮಾಡಿರಿ. ದುಡಿಯುವವನು ತನ್ನ ಕೂಲಿಗೆ ಯೋಗ್ಯನಾಗಿದ್ದಾನಷ್ಟೇ (ಲೂಕ 10:7).

ಕರ್ತನು ಸಹ ಸುವಾರ್ತೆಯನ್ನು ಸಾರುವವರು ಸುವಾರ್ತೆಯಿಂದಲೇ ಜೀವನ ಮಾಡಬೇಕೆಂದು ನೇಮಿಸಿದನು (1 ಕೊರಿಂಥ 9:14).

ದೇವರವಾಕ್ಯದಲ್ಲಿ ಉಪದೇಶ ಹೊಂದುವವನು ಉಪದೇಶ ಮಾಡುವವನಿಗೆ ತನಗಿರುವ ಎಲ್ಲಾ ಒಳ್ಳೆಯವುಗಳಲ್ಲಿ ಪಾಲುಕೊಡಲಿ (ಗಲಾತ್ಯ 6:5).

ಮೋಸಹೋಗಬೇಡಿರಿ, ದೇವರು ತಿರಸ್ಕಾರ ಸಹಿಸುವವನಲ್ಲ. ಮನುಷ್ಯನು ತಾನು ಏನು ಬಿತ್ತುತ್ತಾನೋ ಅದನ್ನೇ ಕೊಯ್ಯಬೇಕು (ಗಲಾತ್ಯ 6:7).

ಚೆನ್ನಾಗಿ ಅಧಿಕಾರ ನಡೆಸುವ ಸಭೆಯ ಹಿರಿಯರನ್ನು, ಅವರೊಳಗೆ ವಿಶೇಷವಾಗಿ ಪ್ರಸಂಗದಲ್ಲಿಯೂ ಉಪದೇಶದಲ್ಲಿಯೂ ಕಷ್ಟಪಡುವವರನ್ನು ಇಮ್ಮಡಿಯಾದ ಮಾನಕ್ಕೆ ಯೋಗ್ಯರೆಂದು ಎಣಿಸಬೇಕು. ಕಣತುಳಿಯುವ ಎತ್ತಿನ ಬಾಯಿ ಕಟ್ಟಬಾರದೆಂತಲೂ ದುಡಿಯುವವನು ತನ್ನ ಕೂಲಿಗೆ ಯೋಗ್ಯನಾಗಿದ್ದಾನೆಂತಲೂ ಶಾಸ್ತ್ರದಲ್ಲಿ ಹೇಳಿದೆಯಲ್ಲಾ. (1 ತಿಮೊಥೆ 5:17, 18).

ಸಹೋದರರೇ, ಯಾರು ನಿಮ್ಮಲ್ಲಿ ಪ್ರಯಾಸಪಟ್ಟು ಕರ್ತನ ಕಾರ್ಯಗಳಲ್ಲಿ ನಿಮ್ಮ ಮೇಲೆ ಮುಖ್ಯಸ್ಥರಾಗಿದ್ದು ನಿಮಗೆ ಬುದ್ಧಿ ಹೇಳುತ್ತಾರೋ ಅವರನ್ನು ಲಕ್ಷಿಸಿ, ಅವರ ಕೆಲಸದ ನಿಮಿತ್ತ ಅವರನ್ನು ಪ್ರೀತಿಯಿಂದ ಬಹಳವಾಗಿ ಸನ್ಮಾನ ಮಾಡಬೇಕೆಂದು ನಿಮ್ಮನ್ನು ಬೇಡಿಕೊಳ್ಳುತ್ತೇವೆ. ನಿಮ್ಮ ನಿಮ್ಮೊಳಗೆ ಸಮಾಧಾನವಾಗಿರಿ (1 ಥೆಸಲೋನಿಕ 5:12-13).

ನಿಮ್ಮ ಸಭಾನಾಯಕರ ಮಾತನ್ನು ಕೇಳಿರಿ, ಅವರಿಗೆ ಅಧೀನರಾಗಿರಿ. ಅವರು ಲೆಕ್ಕ ಒಪ್ಪಿಸಬೇಕಾದವರಾಗಿ ನಿಮ್ಮ ಆತ್ಮಗಳನ್ನು ಕಾಯುವವರಾಗಿದ್ದಾರೆ. ಅವರು ವ್ಯಸನಪಡದೆ ಸಂತೋಷದಿಂದ ಇದನ್ನು ಮಾಡುವಂತೆ ನೋಡಿರಿ; ಅವರು ವ್ಯಸನದಿಂದಿರುವುದು ನಿಮಗೆ ಪ್ರಯೋಜನಕರವಾದದ್ದಲ್ಲ (ಇಬ್ರಿಯ 13:17-18).

ಲೌಕಿಕ ಅಧಿಕಾರಿಗಳು

ಪ್ರತಿ ಮನುಷ್ಯನು ತನ್ನ ಮೇಲಿರುವ ಅಧಿಕಾರಿಗಳಿಗೆ ಅಧೀನನಾಗಿರಲಿ; ಯಾಕೆಂದರೆ ದೇವರಿಂದ ಹೊರತು ಒಬ್ಬರಿಗೂ ಅಧಿಕಾರವಿರುವುದಿಲ್ಲ. ಇರುವ ಅಧಿಕಾರಿಗಳು ದೇವರಿಂದ ನೇಮಿಸಲ್ಪಟ್ಟವರು. ಆದುದರಿಂದ ಅಧಿಕಾರಕ್ಕೆ ಎದುರುಬೀಳುವವನು ದೇವರ ನೇಮಕವನ್ನು ಎದುರಿಸುತ್ತಾನೆ; ಎದುರಿಸುವವರು ಶಿಕ್ಷೆಗೊಳಗಾಗುವರು. ಕೆಟ್ಟ ಕೆಲಸ ಮಾಡುವವನಿಗೆ ಅಧಿಪತಿಯಿಂದ ಭಯವಿರುವುದೇ ಹೊರತು ಒಳ್ಳೆ ಕೆಲಸ ಮಾಡುವವನಿಗೆ ಅಧಿಪತಿಯಿಂದ ಭಯವೇನೂ ಇಲ್ಲ. ನೀನು ಅಧಿಕಾರಿಗೆ ಭಯಪಡದೆ ಇರಬೇಕೆಂದು ಅಪೇಕ್ಷಿಸುತ್ತೀಯೋ? ಒಳ್ಳೇಯದನ್ನು ಮಾಡು; ಆಗ ಆ ಅಧಿಕಾರಿಯಿಂದಲೇ ನಿನಗೆ ಹೊಗಳಿಕೆಯುಂಟಾಗುವುದು; ಅವನು ಸುಮ್ಮನೆ ಕೈಯಲ್ಲಿ ಕತ್ತಿಯನ್ನು ಹಿಡಿದಿಲ್ಲ; ಅವನು ದೇವರ ಸೇವಕನಾಗಿದ್ದು ಕೆಟ್ಟದ್ದನ್ನು ನಡೆಸುವವನಿಗೆ ದೇವರ ದಂಡನೆಯನ್ನು ವಿಧಿಸುತ್ತಾನೆ (ರೋಮಾಪುರ 13:1-4).

ನ್ಯಾಯಾಧಿಪತಿಗಳಿಗೆ ಪ್ರಜೆಗಳು ಯಾವ ರೀತಿ ಋಣಿಗಳಾಗಿರಬೇಕು?

ಕೈಸರನದನ್ನು ಕೈಸರನಿಗೆ ಕೊಡಿರಿ; ದೇವರದನ್ನು ದೇವರಿಗೆ ಕೊಡಿರಿ (ಮತ್ತಾಯ 22:21).

ಆದಕಾರಣ ದಂಡನೆಯಾದೀತೆಂದು ಮಾತ್ರವಲ್ಲದೆ ಮನಸ್ಸಿಗೆ ನ್ಯಾಯವಾಗಿ ತೋರುವದರಿಂದಲೂ ಅವನಿಗೆ ಅಧೀನನಾಗುವುದು ಅವಶ್ಯ. ಈ ಕಾರಣದಿಂದಲೇ ನೀವು ಕಂದಾಯವನ್ನು ಕೂಡ ಕೊಡುತ್ತೀರಿ. ಯಾಕೆಂದರೆ ಕಂದಾಯ ಎತ್ತುವವರು ದೇವರ ಉದ್ಯೋಗಿಗಳಾಗಿದ್ದು ಆ ಕೆಲಸವನ್ನು ನೋಡಿಕೊಳ್ಳುತ್ತಾರೆ. ಅವರವರಿಗೆ ಸಲ್ಲತಕ್ಕದ್ದನ್ನು ಸಲ್ಲಿಸಿರಿ; ಯಾರಿಗೆ ಕಂದಾಯವೋ ಅವರಿಗೆ ಕಂದಾಯವನ್ನೂ, ಯಾರಿಗೆ ಸುಂಕವೋ ಅವರಿಗೆ ಸುಂಕವನ್ನೂ, ಯಾರಿಗೆ ಭಯವೋ ಅವರಿಗೆ ಭಯವನ್ನೂ, ಯಾರಿಗೆ ಮರ್ಯಾದೆಯೋ ಅವರಿಗೆ ಮರ್ಯಾದೆಯನ್ನೂ ಸಲ್ಲಿಸಿರಿ (ರೋಮಾಪುರ 13:5–7).

ಎಲ್ಲಾದಕ್ಕಿಂತ ಮೊದಲು ಮನುಷ್ಯರೆಲ್ಲರಿಗೋಸ್ಕರ ದೇವರಿಗೆ ವಿಜ್ಞಾಪನೆಗಳನ್ನೂ ಪ್ರಾರ್ಥನೆಗಳನ್ನೂ ಮನವಿಗಳನ್ನೂ ಕೃತಜ್ಞತಾಸ್ತುತಿಗಳನ್ನೂ ಮಾಡಬೇಕೆಂದು ಬೋಧಿಸುತ್ತೇನೆ. ನಮಗೆ ಸುಖಸಮಾಧಾನಗಳು ಉಂಟಾಗಿ ನಾವು ಪೂರ್ಣ ಭಕ್ತಿಯಿಂದಲೂ ಗೌರವದಿಂದಲೂ ಕಾಲಕ್ಷೇಪ ಮಾಡುವಂತೆ ಅರಸುಗಳಿಗಾಗಿಯೂ ಎಲ್ಲಾ ಅಧಿಕಾರಿಗಳಿಗಾಗಿಯೂ ವಿಜ್ಞಾಪನೆಗಳನ್ನು ಮಾಡಬೇಕು. ಹಾಗೆಮಾಡುವುದು ನಮ್ಮ ರಕ್ಷಕನಾದ ದೇವರ ಸನ್ನಿಧಿಯಲ್ಲಿ ಮೆಚ್ಚಿಕೆಯಾಗಿಯೂ ಯೋಗ್ಯವಾಗಿಯೂ ಇದೆ (1 ತಿಮೊಥೆ 2:1–3).

ಅಧಿಪತಿಗಳಿಗೂ ಅಧಿಕಾರಿಗಳಿಗೂ ಅಧೀನರಾಗಿ ವಿಧೇಯರಾಗಿರಬೇಕೆಂತಲೂ ಸಕಲ ಸತ್ಕಾರ್ಯಗಳನ್ನು ಮಾಡುವುದಕ್ಕೆ ಸಿದ್ಧರಾಗಿರಬೇಕೆಂತಲೂ ಅವರಿಗೆ ಜ್ಞಾಪಕ ಕೊಡು (ತೀತ 3:1).

ಮನುಷ್ಯರು ನೇಮಿಸಿರುವ ಯಾವ ಅಧಿಕಾರಕ್ಕೂ ಕರ್ತನ ನಿಮಿತ್ತ ಅಧೀನರಾಗಿರಿ. ಅರಸನು ಸರ್ವಾಧಿಕಾರಿಯೆಂತಲೂ ಬೇರೆ ಅಧಿಪತಿಗಳು ಕೆಟ್ಟ ನಡತೆಯುಳ್ಳವರನ್ನು ದಂಡಿಸುವದಕ್ಕೂ ಒಳ್ಳೇ ನಡತೆಯುಳ್ಳವರನ್ನು ಪ್ರೋತ್ಸಾಹಪಡಿಸುವುದಕ್ಕೂ ಅರಸನಿಂದ ಕಳುಹಿಸಲ್ಪಟ್ಟವರೆಂತಲೂ ತಿಳಿದು ಅವರಿಗೆ ಅಧೀನರಾಗಿರಿ (1 ಪೇತ್ರ 2 : 13–14).

ಪುರುಷರು

ಪುರುಷರೇ, ಸ್ತ್ರೀಯು ಪುರುಷರಿಗಿಂತ ಬಲಹೀನಳೆಂಬುದನ್ನು ಜ್ಞಾಪಕಮಾಡಿಕೊಂಡು ನಿಮ್ಮ ಹೆಂಡತಿಯರ ಸಂಗಡ ವಿವೇಕದಿಂದ ಒಗತನ ಮಾಡಿರಿ. ಅವರು ಜೀವವರಕ್ಕೆ ನಿಮ್ಮೊಂದಿಗೆ ಬಾಧ್ಯರಾಗಿದ್ದಾರೆಂದು ತಿಳಿದು ಅವರಿಗೆ ಮಾನವನ್ನು ಸಲ್ಲಿಸಿರಿ. ಹೀಗೆ ನಡೆದರೆ ನಿಮ್ಮ ಪ್ರಾರ್ಥನೆಗಳಿಗೆ ಅಡ್ಡಿಯಿರುವುದಿಲ್ಲ (1 ಪೇತ್ರ 3:7).

ಪುರುಷರೇ, ನಿಮ್ಮ ಹೆಂಡತಿಯರನ್ನು ಪ್ರೀತಿಸಿರಿ : ಅವರಿಗೆ ನಿಷ್ಠುರವಾಗಬೇಡಿರಿ (ಕೊಲೊಸ್ಸೆ 3:19).

ಸ್ತ್ರೀಯರು

ಸ್ತ್ರೀಯರೇ! ನೀವು ಕರ್ತನಿಗೆ ಹೇಗೋ ಹಾಗೆಯೇ ನಿಮ್ಮ ನಿಮ್ಮ ಗಂಡಂದಿರಿಗೆ ಅಧೀನನಾಗಿರಿ (ಎಫೆಸ 5:22).

ಅದೇ ರೀತಿಯಾಗಿ ಸ್ತ್ರೀಯರೇ ನಿಮ್ಮ ಗಂಡಂದಿರಿಗೆ ಅಧೀನರಾಗಿರಿ. ಸಾರಳು ಹಾಗೆಯೇ ಅಬ್ರಹಾಮನಿಗೆ ವಿಧೇಯಳಾಗಿದ್ದು ಅವನನ್ನು ಯಜಮಾನನೆಂದು ಕರೆದಳು ಎಂದು ಬರೆದದೆ. ನೀವು ಸಾರಳ ಕುಮಾರ್ತೆಗಳಾಗಿದ್ದೀರಲ್ಲಾ (1 ಪೇತ್ರ 3 : 1, 6).

ತಂದೆತಾಯಿಗಳು

ತಂದೆಗಳೇ, ನಿಮ್ಮ ಮಕ್ಕಳಿಗೆ ಕೋಪವನ್ನೆಬ್ಬಿಸದೆ ಕರ್ತನಿಗೆ ಮೆಚ್ಚಿಕೆಯಾಗಿರುವ ಬಾಲಶಿಕ್ಷೆಯನ್ನೂ ಬಾಲೋಪದೇಶವನ್ನೂ ಮಾಡುತ್ತಾ ಅವರನ್ನು ಸಾಕಿ ಸಲಹಿರಿ (ಎಫೆಸ 6 : 4).

ಮಕ್ಕಳು

ಮಕ್ಕಳೇ, ನೀವು ಕರ್ತನಲ್ಲಿರುವವರಿಗೆ ತಕ್ಕ ಹಾಗೆ ನಿಮ್ಮ ತಂದೆತಾಯಿಗಳ ಮಾತನ್ನು ಕೇಳಬೇಕು; ಇದು ಧರ್ಮ. ವಾಗ್ದಾನಸಹಿತವಾದ ಮೊದಲನೇ ಆಜ್ಞೆಯನ್ನು ಕೇಳಿರಿ – ನಿನ್ನ ತಂದೆಯನ್ನೂ ತಾಯಿಯನ್ನೂ ಸನ್ಮಾನಿಸಬೇಕು; ಸನ್ಮಾನಿಸಿದರೆ ನಿನಗೆ ಮೇಲಾಗುವುದು, ಇದರಿಂದ ನೀನು ಭೂಮಿಯ ಮೇಲೆ ಬಹುಕಾಲ ಬದುಕುವಿ (ಎಫೆಸ 6 : 1 – 3).

ಸೇವಕರು

ದಾಸತ್ವದಲ್ಲಿರುವವರೇ, ಈ ಲೋಕದಲ್ಲಿ ನಿಮಗೆ ಯಜಮಾನರಾಗಿರುವವರಿಗೆ ಕ್ರಿಸ್ತನಿಗೆಂದು ಮನೋಭೀತಿಯಿಂದ ನಡುಗುವವರಾಗಿಯೂ ಸರಳ ಹೃದಯರಾಗಿಯೂ ವಿಧೇಯರಾಗಿರಿ. ಮನುಷ್ಯರನ್ನು ಮೆಚ್ಚಿಸುವವರು ಮಾಡುವ ಪ್ರಕಾರ ಯಜಮಾನರು ನೋಡುತ್ತಿರುವಾಗ ಮಾತ್ರ ಸೇವೆ ಮಾಡದೆ, ಕ್ರಿಸ್ತನ ದಾಸರಿಗೆ ತಕ್ಕ ಹಾಗೆ ದೇವರ ಚಿತ್ತವನ್ನು ಮನಃಪೂರ್ವಕವಾಗಿ ನಡೆಸಿರಿ. ಮನುಷ್ಯರಿಗೋಸ್ಕರವಲ್ಲ, ಕರ್ತನಿಗೋಸ್ಕರ ಸೇವೆಮಾಡುತ್ತೇವೆಂದು ಚಿತ್ತಪೂರ್ವಕವಾಗಿ ಸೇವೆಮಾಡಿರಿ. ಯಾಕೆಂದರೆ ಒಬ್ಬನು ದಾಸನಾಗಲಿ ಸ್ವತಂತ್ರನಾಗಲಿ ತಾನು ಯಾವ ಸತ್ಕಾರ್ಯವನ್ನು ಮಾಡುತ್ತಾನೋ ಅದರ ಪ್ರತಿಫಲವನ್ನು ಕರ್ತನಿಂದ ಹೊಂದುವನೆಂಬುವದನ್ನು ನೀವು ತಿಳಿದವರಾಗಿಯೇ ಇದ್ದೀರಿ (ಎಫೆಸ 6 : 5 – 8).

ಯಜಮಾನರು

ಯಜಮಾನರೇ, ನಿಮ್ಮ ಕೈಕೆಳಗಿರುವ ದಾಸರ ವಿಷಯದಲ್ಲಿ ಅದೇ ರೀತಿಯಾಗಿ ನಡೆಯಿರಿ. ಪರಲೋಕದಲ್ಲಿ ನಿಮಗೂ ಅವರಿಗೂ ಯಜಮಾನನಾಗಿರುವಾತನು ಇದ್ದಾನೆಂತಲೂ ಆತನಲ್ಲಿ ಪಕ್ಷಪಾತವಿಲ್ಲವೆಂತಲೂ ತಿಳಿದು ನಿಮ್ಮ ದಾಸರನ್ನು ಬೆದರಿಸುವ ಪದ್ಧತಿಯನ್ನು ಬಿಟ್ಟುಬಿಡಿರಿ (ಎಫೆಸ 6 : 9).

ಯೌವನಸ್ಥರು

ಯೌವನಸ್ಥರೇ, ಅದೇ ರೀತಿಯಾಗಿ ಹಿರಿಯರಿಗೆ ಅಧೀನರಾಗಿರಿ. ನೀವೆಲ್ಲರೂ ದೀನಮನಸ್ಸೆಂಬ ವಸ್ತ್ರದಿಂದ ಸೊಂಟಕಟ್ಟಿಕೊಂಡು ಒಬ್ಬರಿಗೊಬ್ಬರು ಸೇವೆ ಮಾಡಿರಿ. ದೇವರು ಅಹಂಕಾರಿಗಳನ್ನು ಎದುರಿಸಿ ದೀನರಲ್ಲಿ ದಯೆ ತೋರಿಸುತ್ತಾನೆ. ಹೀಗೆ ಇರುವುದರಿಂದ ದೇವರ ತ್ರಾಣವುಳ್ಳ ಹಸ್ತದ ಕೆಳಗೆ ನಿಮ್ಮನ್ನು ತಗ್ಗಿಸಿಕೊಳ್ಳಿರಿ; ಆತನು ತಕ್ಕ ಕಾಲದಲ್ಲಿ ನಿಮ್ಮನ್ನು ಮೇಲಕ್ಕೆ ತರುವನು (1 ಪೇತ್ರ 5 : 5 – 6).

ವಿಧವೆಯರು

ದಿಕ್ಕಿಲ್ಲದೆ ಒಬ್ಬೊಂಟಿಗಳಾಗಿರುವ ವಿಧವೆಯು ದೇವರ ಮೇಲೆ ನಿರೀಕ್ಷೆಯನ್ನಿಟ್ಟು, ಹಗಲಿರುಳು ವಿಜ್ಞಾಪನೆಗಳಲ್ಲಿಯೂ ಪ್ರಾರ್ಥನೆಗಳಲ್ಲಿಯೂ ನೆಲೆಯಾಗಿರುವಳು. ಆದರೆ ಭೋಗಿಯಾಗಿರುವ ವಿಧವೆಯು ಬದುಕಿರುವಾಗಲೂ ಸತ್ತವಳಂತೆ ಇದ್ದಾಳೆ (1 ತಿಮೊಥೆ 5 : 5, 6).

ಎಲ್ಲರೂ

ಎಲ್ಲಾ ಕಟ್ಟಳೆಗಳೂ ನೀನು ನಿನ್ನನ್ನು ಪ್ರೀತಿಸಿಕೊಳ್ಳುವಂತೆ ನಿನ್ನ ನೆರೆಯುವನನ್ನು ಪ್ರೀತಿಸು ಎಂಬ ಒಂದೇ ಮಾತಿನಲ್ಲಿ ಅಡಕವಾಗಿವೆ (ರೋಮಾಪುರ 13 : 9).

ಮನುಷ್ಯರೆಲ್ಲರಿಗೋಸ್ಕರ ದೇವರಿಗೆ ವಿಜ್ಞಾಪನೆಗಳನ್ನು ಮಾಡಬೇಕು (1 ತಿಮೊಥೆ 2 : 1).

ಈ ಪುಸ್ತಕದಲ್ಲಿರುವ ಎಲ್ಲಾ ಪಾಠಗಳನ್ನು ಶ್ರದ್ಧೆಯಿಂದ ಕಲಿತು ಕುಟುಂಬದವರೆಲ್ಲರೂ ದೇವರ ಆಶೀರ್ವಾದವನ್ನು ಪಡೆಯಿರಿ.

www.ingramcontent.com/pod-product-compliance
Lightning Source LLC
Chambersburg PA
CBHW051337120626
46547CB00016B/2580
* 9 7 8 1 9 6 0 8 4 0 1 0 3 *